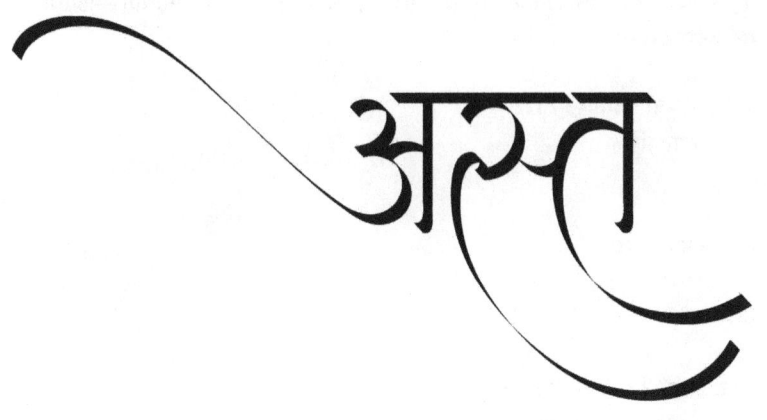

अस्त

-डॉ संपदा नारायण घाटबांधे-

प्रथम आवृत्ती : ऑगस्ट 2022
भारतात प्रकाशित

फॉन्ट : कोकिला

ISBN: 978-93-94603-97-4

स्केच आर्टिस्ट : डॉ. वेदांगी टांक
मुखपृष्ठ रचना : वैष्णव अडसड

STORYMIRROR
Stories that reflect you

प्रकाशक : स्टोरीमिरर इंफोटेक प्राईवेट लिमिटेड,
7वा मजला, एल तारा बिल्डिंग,
डेल्फी बिल्डिंगच्या मागे,
हिरानंदानी गार्डन्स, पवई, मुंबई,
महाराष्ट्र - 400076, भारत.

Web:	https://storymirror.com
Facebook:	https://facebook.com/storymirror
Instagram:	https://instagram.com/storymirror
Twitter :	https://twitter.com/story_mirror
Email:	marketing@storymirror.com

समर्पण

"प्रेक्षकाविना नाट्य कसे गाजे?
वाचकाविना पुस्तक कोण वाचे."

प्रिय वाचकांनो, माझा हा पहिला प्रयत्न मी आपणांस समर्पित करते.

ज्या भावना प्रत्यक्षात व्यक्त करता आल्या नाही त्या लेखनाद्वारे व्यक्त करीत, कुठे तरी तुमच्या आयुष्यात माझ्या लेखनाची मदत होईल या आशेने ही पुस्तक तुम्हा सगळ्या वाचकांस समर्पित.

ऋणनिर्देश

कुठलीही बाब प्रत्यक्ष उतरवण्यासाठी केवळ एका व्यक्तीने शक्य होत नाही. त्यासाठी इतरां च्या हातभाराची अधीक गरज असते. माझे हे पुस्तक केवळ माझ्या एकटीमुळे प्रत्यक्षात उतरले नाही, तर पडद्याआड असलेल्या अनेक कलाकाऱरांचा वाटा यात आहे. त्या पडद्या मागील सर्व कलाकारांचे मनापासून आभार. हातात मजकूर मान्य तयार असतांना, केवळ एका प्रस्तावात, मजकूर मान्य करणाऱ्या Storymirror प्रकाशनाचे खूप आभार. अजींक्य खिवसारे' ज्याने प्रत्येक पावली पुस्तक प्रकाशनात मोलाचा वाटा दिला त्याची मी आभारी आहे.

घरच्यांच्या आणि आपल्या माणसांच्या, मित्र – मैत्रिणींच्याच्या सोबती शिवाय कुठलेही काम मार्गी लागत नाही. माझे हे पुस्तक मार्गी लावण्यासाठी प्रत्यक्षीत – अप्रत्यक्षीतरित्या मदत करणाऱ्या, वेळोवेळी सोबत उभे असणाऱ्या माझ्या सर्व आपुलकीच्या माणसांची मी आभारी आहे. त्यांच्या प्रोत्साहनाशिवाय ही पुस्तक कधीच शक्य नव्हते. माझा भाऊ 'अक्षय दहिकर' ज्याची साथ प्रत्येक पावली लाभली त्याची मी ऋणी आहे. 'वेदांगी टांक' जिने आपली कला माझ्या लेखनासाठी उपयोगी आणली आणि माझी पुस्तक अधिक शोभीवंत झालं, या माझ्या सखीचे सुद्धा मनापासून आभार. माझे प्रेरणास्थान असलेले सर्व लेखक ज्यामुळे मला लेखणाची उमेद मिळाली त्या साऱ्यांचे मनापासून आभार.

सर्व वाचक ज्यांच्या शिवाय पुस्तक अपुरे असते त्या सर्वांचे माझ्यावर विश्वास दाखवण्या बद्दल खूप- खूप आभार. पुनश्च ज्यांनी पावलोपावली मला साथ दिली, मला प्रोत्साहीत केले, माझ्यावर विश्वास दाखविला त्या सर्वांची मी अगदी मनापासून ऋणी आहे.

प्रस्तावना

जीवन म्हणजे काय? बघायला सोपा प्रश्न परंतु उत्तर शोधायला बसलं की उत्तर काही सापडत नाही. ह्याच प्रश्नाचा विचार करता त्याच एक उत्तर सापडलं ते म्हणजे 'जीवनात जे काही घडत, ते स्मरणाच्या तिजोरीत अनुभव म्हणुन साठून राहत. जीवन जगायला हाच अनुभवांचा साठा मोठा मोलाचा मार्गदर्शक ठरतो. म्हणतात नां –....

'अनुभवातू न माणूस शिकतो.'

जीवनरुपी प्रवासात अडथळा आला की किती खचुन जातो आपण! ना – ना प्रकाराचे मार्ग काढतो त्यातुन बाहेर पडायला. ह्या – नाही त्या व्यक्तींकडून मदत मागतो. परंतु एवढ्या प्रवासात आजवर जे काही गोड – कडू अनुभव आले त्याच काय? जरा मागे वळून बघीतल आणि स्मरणाची तिजोरी उघडली तर लाख मोलाचा मार्ग आपल्याला सापडतो, तोही केवळ त्या अनुभवांतुन. अनुभव ' हे केवळ मराठी भाषेतील नाम नसू न जीवन घडवण्याची किल्ली आहे. त्यासाठी कुठल्या प्रसंगातुन कुठला अनुभव कशाप्रकारे उपयोगात आणायचा याची कला मात्र कळायला हवी.

होत कायं, प्रसंग घडला रे घडला कि त्यातुन जो अनुभव स्मरणात ठेवायला पाहिजे तो अनुभव स्मरणात न ठेवता त्यतून विपरीत अर्थ काढून तो टाकुन देण्या सारखा अनुभव आपण स्मरणात ठेवतो. उदा – आयुष्यात काही वाईट

प्रसंग घडल्यास त्याचे कारण आणि त्यातुन शिकवण न घेता त्याचा परिणाम मात्र आपण आवर्जून लक्षात ठेवू न त्याची भीती आयुष्यभर जपतो.

आपल माणसाच कस असते जे घ्यायला पाहीजे, त्याला वर्जीत सारे घेतो. चे परिणाम काहीही असो मग. अस सुद्धा होऊ शकते ना की त्या प्रसंगाची भीती न बाळगता त्याचे कारण जाणुन पुढे आयुष्यात त्या कारणांना वर्जित करून चालायचं. पुढे त्या कारण – परिणामांची जाणीव बाळगून पाऊल टाकायचं. प्रसंग एक पण त्यातून अनुभव दोन. आता कुठला अनुभव स्मरण पेटीत जपायचा हे आपल्या हातात. अनुभव जपणे ही सुद्धा एक कलाच मानावी. ज्याला ही कला रुजली तो नक्कीच त्याच्या आयुष्याचा सिकंदर.

माझ्या आयुष्यात जे काही – अनुभव आले त्यातून जे मला मोलाच वाटल ते मी जोपासल. आणि हं आपले अनुभव केवळ आपल्यालाच कामी पडतात अस नाही, ते इतरांना देखील त्यांच्या जी वनात हातभार लावू शकतात. म्हणुन माझ्या अनुभवाची तिजोरी इतरांपर्यंत पोहचवण्यासाठी हा छोटासा प्रयत्न.

अध्याय क्रम

प्रारंभ

प्रत्येक नवीन वर्षाला New resolution घेतले जाते. 1 जानेवारी पासून मी हे करेन, ही गोष्ट टाळेन, पण माझ्या मते, काही चांगली सुरुवात करायला आणि वाईट गोष्टी टाळायला कशाला हवाय नवीन वर्ष? माणसाने 'आली लहर केला कहर' असच रहायला हवं. जेव्हा जे मनात आल तेव्हा ते प्रत्येक्षात उतरवायला काय हरकत? कशाला हवाय 1 जानेवारीचा मुहुर्त?

1 तारखेपासून करायच, मन भरेपर्यंत करायच आणि पुढे काय? जैसे थे. जर मनापासून कुठली गोष्ट करायची इच्छा असेल ना तर कुठल्या मुहुर्ताची गरज भासत नाही. सगळा मनाचा खेळ असतो. कुठलीही नवीन गोष्ट सुरुवातीला कठीणच जाते आणि वाईट गोष्ट विसरायला त्याहून कठीन जाते, त्याच्या आड खुप अडथळे येतात. परंतु मनाची प्रबळ इच्छा असली तर कुठलाच महाप्रलय त्याला आड येऊ शकत नाही. म्हणून कुठलीही केवळ इच्छाच करु नये तीला पूर्ण करण्यासाठी कुठल्याही संकटावर मात करण्यासाठी तयारी हवी त्यालाच म्हणतात प्रबळ इच्छा.

माणूस ठरवतोतर अतोनात पण सुरुवात किती करतो आणी ते पूर्ण किती करतो त्यातच कळते त्याची इच्छा शक्ती. हेच त्याचे 'प्रबळ' प्रमाण मानाव. त्यालाच तर आपल्या भाषेत आपण 'determination' म्हणतो. जर ठरवलेली गोष्ट पूर्ण होत नसेल म्हणजे आपले नशिब वाईट किंवा मुहूर्त असला कुठलाच प्रकार नसून आपणच कुठे तरी प्रयत्नात कमी असतो. 'प्रयत्नशी परमेश्वर' ते उगाच थोडी बोलले जात.

आपल्या अतोनात इच्छा इतपत अतोनात प्रयत्न आपण केले तर

कुठलीच इच्छा शिल्लक राहणार नाही. काही करायला पाऊल पुढे टाकला म्हणजे काम आटपल अस होत नाही. पाऊल टाकल्या पासून ते काम पूर्ण होईपर्यंत नको ती संकट तोंडाशी येत असतात. ते प्रत्येक संकट आवरत आवरत आपल्याला पुढे जाव लागत. त्यासाठी इच्छेतून ते पूर्ण करण्याची जिद्द हवी. जिद्द असली की संकट पार करण तेवढच सोप जातं. गड चढायला सुरुवात केली की मग थांबायच नसतं. रस्ता कसाही असो गडाच शिखर येईपर्यंत पुढे चालत रहाव लागत. कुठल्याही गोष्टीची जेवढी सुरुवात महत्त्वाची तेवढीच नियमितता महत्त्वाची, तेव्हाच त्याचा मनासारखा शेवट डोळ्यास दिसतो अन्यथा नाही.

प्रत्येक गोष्टीचा एक काळ असतो. कुठलीही घटना ही बरोबर त्याची त्याच वेळवर घडत असते तरी काही गोष्टी ह्या वेळेवरच सोडाव्या लागतात. 'योग्य वेळेची वाट बघण' हे जेवढ खर आहे, तेवढच हे सुद्धा खर आहे की हातपाय हलवल्याशिवाय काहीच साध्य होत नाही. गडाच शिखर गाठायला आधी गडाच्या पायथ्याशी पाऊल टाकायला हव, त्यानंतर येणाऱ्या संकटाचा विचार त्या-त्या वेळी करता येईल. तोंडानी बोलल्याने मनात स्वप्न रंगवल्याने णे हातात काहीच लागत नाही. मग केवळ हातावर हात ठेवून बसाव लागत. स्वप्न पूर्ण करायला गरज असते प्रयत्नांची. मनात इच्छा झाली प्रयत्न सुरु केले, आपण आपले कार्य केले, फळ जेव्हा मिळायच ते त्याच्या वेळेवरच मिळेल.

थोडसे हातपाय हलवले काही साध्य झाल नाही कि नशीबाला दोष देत रडत बसण्यात काहीच अर्थ नाही. ह्या मार्गाने नाही तर दुसऱ्या मार्गाने यश नक्कीच लाभेल जर तेवढी इच्छा असेलच काही करायची तर प्रयत्न, इच्छा या सोबत गरज आहे धीर-भाव बाळगण्याची सुद्धा.

ज्या गोष्टीची सुरुवात केली, तिचा शेवट हा ठरलाच आहे. मात्र तो चांगला असणार की वाईट हे आपल्या इच्छेवर आहे. मुळात आपल्या प्रबळ

इच्छाशक्तीवर आहे.

So don't wait for best मुहूर्त they are on very moment if you are ready and never when you are not.

11-05-2020

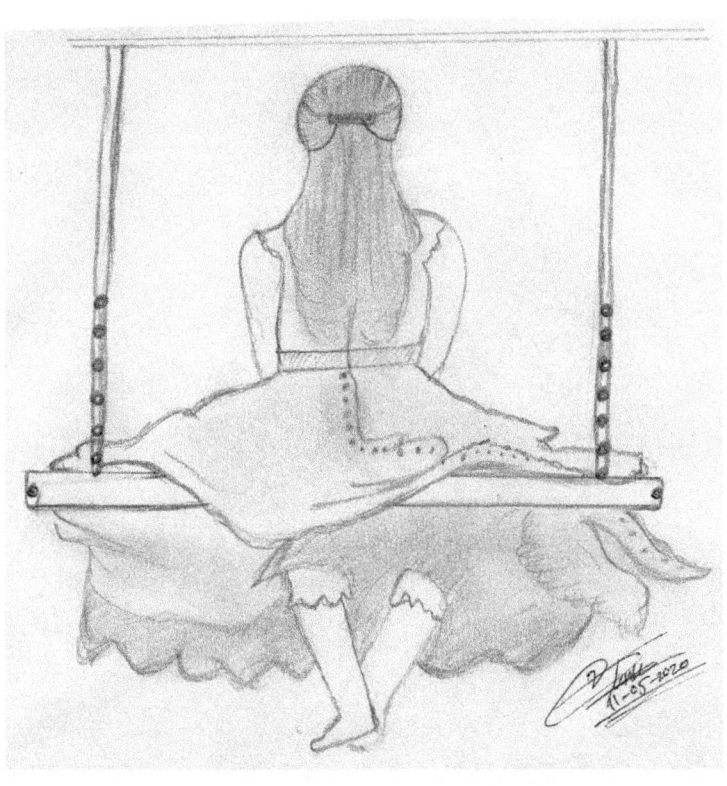

स्व

जीवन प्रवास सुरु झाला की तो पूर्ण करायचा असतोच मग इतरांची साथ असो किंवा नसो. प्रत्येकाला त्याच - त्याच जीवन प्रवासातील अंतर नेमून दिलेले असते. कोणी सोबती असो - नसो तेवढे अंतर हे गाठायचे असते. एका गोष्टीचा प्रत्येय तर साऱ्यांनाच आलेला असतो ते म्हणजे जो पर्यंत आपल्याशी काम आहे तोपर्यंत साथ साऱ्यांचीच असते. परंतु एकदा का काम आटपल की सारेच आपआपल्या कामी लागतात. तुम्हाला भर मैदानात एकट सोडून त्यावेळी खेळ सोडून आपण माघार नाही घेऊ शकत. आपल्या एकट्याला डाव टाकावा लागतो. आणि खेळ जिंकावा लागतो. (भर मैदानात रणांगणात) एकट्याला युद्ध लढायच असेल तर आधीच इतरांच्या सावलीची सवय कश्याला लावायची आपल्याच सावलीत समाधान मानून खेळात सहभागी व्हायच, एकट खेळ खेळून जिंकण्यात सुद्धा काही वेगळीच मौज आहे ती खेळल्या शिवाय कळणार मात्र नाही.

एवढ अटळ नातं जपणार 'स्व' कडे आपण लक्षच देत नाही. आपल्याला आशा असते ती दुसऱ्यांचीच ते सोडून का गेले? मी एकट कस करणार? .... आणि अजून बरच काही आपण विसरुन जातो की दुसरे किती दिवस पुरणार आपल्याला? शेवटी प्रत्येकाला त्यांचा त्यांचा जीवन प्रवास असतोच. दुसरे आपली आयुष्य सोडुन आपल्यात गुंतून किती काळ राहणार? त्या पेक्षा प्रत्येकानी आपला-आपला जीवन खेळ खेळावा. आणि तसही-

'परीक्षा ही त्याची त्यानी एकट्यानीच द्यायची असते.'

या जगाच्या अफाट गर्दीत कधी स्वताला शोधायचा प्रयत्न केलाय काय? माझ्या भोवती काय चालय यात आपल्याला कीती रुची परंतु ‘मी’ या एका शब्दात काय घडत त्याच कस? आपण ‘मी’ सोडुन इतर बाबतीत आवडीनी भाग घेतो आणि ‘मी’ हा नेहमी प्रमाणे एकटाच राहीला. जो आपल्यासाठी सर्वात महत्वाचा घटक असतो त्यालाच आपण का विसरतो? त्याला का कमी लेखतो? त्याला विसरतांनी एवढही भान राहत नाही की काही बर वाईट झाल्यास ह्या एकट्या ‘मी’ लाच सार भोगाव लागत. आपली मानसिकताच अशी आहे की आपल्याला एकट नसत रहायचं. ह्या एकातांची भिती असते आपल्याला, असते ना? पण का विसरतो की हा एकांतच आपल्याला सगळ्यात जवळचा असतो. आपली सुरवातच तर ‘मी’ या पासण होत.

‘मी एकटी’ म्हणत किती दिवस रडणार? जेव्हा जन्माला आलो तेव्हा कोण होत सोबतीला? आईच्या कुशीतुन जगात प्रवेश करण्यापर्यंतचा प्रवास तर एकटीनेच गाठला. तेव्हा कोणाचीच गरज भासली नाही, मग आता जगात वावरतांना कशाला कोणाची आशा करायची? इतरांची साथ काही आयुष्यभर पुरत नसते. ते काही क्षणांचे सोबती असतात. अनंत साथ आपल्याला लाभते ती बस ‘स्वतःची’ ‘स्वतःतील’ ‘स्व’ हा शेवट पर्यंत साथ टिकणारा आहे. शेवटच्या क्षणी देहाचा निरोप घेतल्यावर सुद्धा... हा ‘स्व’ आपला निरोप घेत नाही. तरी सुद्धा आपण एवढ्या जवळच्या मित्राची काळजी न घेता इतरांच्या पाया लागतो, ते कशासाठी तर क्षणिक सुखासाठी!

प्रत्येकालाच एकांत मिळत नसतो. एखाद्यालाच तो नशिबाने लाभतो. त्या एकांताला बक्षिस म्हणून स्विकारायला हरकत नाही. एकांतात आपण एकटे असतो, सर्वस्वी आपण आपले असतो. कुठल्याच गोष्टींना कोणाचा काहीही हातभार नाही की लुडबुड नाही. प्रत्येक गोष्टीत आपल मत असते. चुकलो काय की हरलो काय, शिक्षा ही आपणच भोगणार आणि जिंकलो तरी आनंद आपलाच! एकांतात दुसऱ्यामध्ये गुंतून राहण्यापेक्ष स्वतःला

ओळखण्याची संधी मिळते. सोबत दुसरे असले की आपण दुसऱ्यां मध्ये इतके गुंतून जातो की... 'मी सुद्धा आहे' हे विसरायला होत, परंतु एकांतात संधी मिळते स्वतःला ओळखण्याची. मी कुठे चांगली? माझ्यात काय कमतरता? माझी काय आवड? मला काय करायच आहे? आणि अजून बरच काही.... .आता या क्षणाला तुमचे तुम्ही आहात. तुम्ही आणि तुम्हीच! जे तुम्ही बंधनात नाही करू शकले ते आता तुम्ही स्वतंत्रतेत करा.

ह्या एकांतात स्वतःला स्वतःचा शोध लागतो, हरवलेले आपण आपल्याला सापडतो. म्हणून नशीबी जो एकांत आलाय त्याला हसतमुखाने स्वीकारून समोर जायला हवं.

एकांत म्हणायला सोपा पण अनुभवायला कठीण आहे ना, माहीती आहे एकांत सोपा नाही. अवघड असला तर काय झाल, वाट्याला आल आहे तर अनुभवाव लागणार. औषध कडू का असेना सुदृढ व्हायला ती ग्रहण करतोच की आपण. एकांत म्हणजे नाटकातील, एकपात्री भाग म्हणून स्वीकार करायचा, रंगवायचा आणि गाजवायचा हा एकपात्री अभिनय.

असा गाजवायचा की प्रेक्षकच काय तुमच्या सोबतीचे पात्र, जे अर्ध्या नाटकातून साथ सोडून गेले ते सुद्धा दंग रहायला हवे.

तस बघतीलं तर सोय म्हणून काहीच नाही या जगात. एकट्यातही मरण आहे आणि इतरांच्या सोबतीतही! मग इतरांसोबत मरण्यापेक्षा एकांतात स्वतःसाठी लढलेलं, जगलेलं कधीही चांगल. कितीदा इतरांच्या विनवण्या करायच्या? कशाला जगाला दाखवायच मी एकटी दुर्बल आहे, समर्थ नाही ते. त्यात वेळ घालण्यापेक्षा स्वतःला तयार करा, स्वतःला खंबीर करा. इतरांत वेळ घालवण्यापेक्षा स्वतःत वेळ घालवा.

'प्रश्न माझे हळव्या मनाला-

का रे तु एवढा गोंधळात?''

मनाकडून उत्तर मिळालं-

"भेट तु मला एकांतात."

शेवटी मनही गोंधळलं की त्याला एकांत लागतो. कित्येकदा काय होतं मनाला खूप काही बोलायचं असत आपल्याशी, पण करणार काय आपण त्यासाठी निवांत नसतो ना. मग जेव्हा मनाशी संवाद साधायचा असतो तेव्हा मात्र एकांत लागतो.

म्हणून रडत बसण्यापेक्षा संधी साधून स्वत:शी नात जोडा. दुसरे काय कित्येक येतील कित्येक जातील. अखंड साथ देईल तो 'मी'.

At last-

'You are not alone when you are done with self.'

स्वीकार

'जे आहे ते कधी बदलत नसत' ही काळ्या दगडावरची रेष आहे. तरी सुद्धा तीला मिळवायचा प्रयत्न करत असतो. मग आलेला प्रसंग अटळ आहे तो कधी बदलनार नाही हे सत्य स्वीकारायच का नाही? समोरची प्रत्येक स्थिती मृगजळ म्हणून चालण्यात कुठली हुशारी? उलट पुढे पाऊल टाकत राहण्यात खरी हुशारी मानावी.

'जोवर चिखलाचा स्वीकार करत नाही तोवर कमळाची फुल उगवणार कशी?'

कमळ हे चिखलातच उगवते. चिखल आहे हे मान्यच केल नाही मग तिथे कमळ उगवण्याची अपेक्षाच का करावी? संकट आहे तर पुढे त्याच निवारन सुद्धा आहे, आज संकटाचा स्वीकार करा उद्या तुम्हाला त्याच निवारन सापडेल.. आलेला प्रसंग पटत नसेल, पचवायला कठीण असेल तर निदान त्यात बदल करण्यासाठी तरी जे आहे ते स्विकारायला हव. कारण काय जो पर्यंत स्वीकार होणार नाही, तो पर्यंत ते बदलनार नाही आणि जर ते प्रत्येक्षात नसेल तर स्वप्नात असल्यासारखच आहे. आणि- 'स्वप्न व प्रत्यक्ष ह्या दोन वेगवेगळ्या बाजू.' प्रत्यक्षात असलेला प्रसंग न स्विकारता स्वप्नात जगणे हा वेडेपणाच मानावा. मग डोळे बंद करून स्वप्न बघण्यात व डोळे उघळे करुन स्वप्न बघण्यात फरक काय? बघता- बघता वेळ निघून जाणार, प्रसंग मात्र बदलणार नाही. तुम्ही रहाल त्या स्वप्नांच्या दुनियेत.

आयुष्यात काही प्रसंग असे असतात जे मनापासून स्वीकारलीच जात नाहीत. प्रत्यक्षात घडल असल तरी स्वीकारायला फार कठीण. यातच आपण मुर्खपणा करतो, भावनांच्या भरात जाऊन आपण त्या घडलेल्या घटनांना न

स्वीकारता पुढे चालायला प्रयत्न करतो. परंतु गाडी पुढे जाणार कशी? कारण जे आहे ते आपल्याला मंजूर नाही, जे नाही ते आपल्याला हव असत आणि जे नाहीच होऊ शकत त्याची आपण आशा करत असतो मग काय? हाती तर निराशाच येणार. शेवटी दोष जातो मात्र नशिबाला.

जे घडलय ते तर बदलता येत नाही मग त्यातच गुरफुटुन राहण्यापेक्षा जे आहे ते स्विकारण्यात हरकत काय?

'जे आहे ते तर आहेच, कोणाला मंजूर नसलं तरी सुद्धा नियतीला ते मंजूर आहे.'

आणि नियती समोर आपण काय? घडलेला प्रसंग न स्विकारण म्हणजे नियतीला आव्हान देण होय. नियतीला आव्हान देण्याइतपत आपण समर्थ आहोत काय याचे भान ठेवूनच निर्णय घ्यावा की आपण प्रत्यक्षात जगायच की स्वप्नात.

हो, मान्य आहे, 'हे अस नाही असु शकत जे झाल ते फार वाईट झाल' परंतु ते आता घडलय त्याला कोणीही बदलु शकत नाही त्याला पर्याय नाही. जो पर्यंत मी नापास झालोय हे मी स्वीकारत नाही, तो पर्यंत मी परीक्षेची (पुन्हा) तयारी करणार कशी? मी नापास झालोय, नाही मी नापास होऊच शकत नाही हे रडण्यात अर्थ काय?

निकाल लागला, मी नापास झालो, जरी मला मान्य नसले तरी माझा निकाल 'नापास' असा आलाय – हे स्विकारून पुन्हा परिक्षेची जोरात तयारी करून आता पास होण्याला काही अर्थ. नाही तर मला जे वाटते ते होईलच, अस नसत. ते करावं लागत. एका पायरीत अपयश लाभल, दुसऱ्या पायरीत अपयश लाभल पण होऊ शकते कि पुढल्या येणाऱ्या पायरीवर यश लिहल असेल. त्यासाठी आधीच्या दोन अपयशाच्या पायऱ्या स्वीकारुन चढाव्यात लागणारच ना..

जी परिस्थिती आहे तिला बदलण्यासाठी अगोदर तिला स्वीकारण

गरजेच. एकदा का तुम्ही स्वीकार केलात की पुढे परिस्थिती बदलायला तुम्ही मोकळे. आधी परिस्थिती स्वीकारून स्वत:ला गोंधळातून मुक्त करा, मग काय ते पुढे बघा. प्रत्येक गोष्ट ही आपल्या इच्छेनुसार तर होत नसते प्रयत्न तेवढे आपण करु शकतो.

आपल्या अगदी जवळचा व्यक्ती, जो आपल्या ह्दयाचा ठोका आहे, तो जर सोडून गेला आपल्याला, तर? देव न करो हे घडो, पण जर झालच अस तर.... तर हे स्वीकारायला फार कठीन, कठीन काय स्वीकारलेच जात नाही.. परंतु हा भूतकाळ, नको असल तरी घडल ते कितीही केल तरी ते बदलता येणार नाही. गेलेला व्यक्ती काही परत येत नाही. खर आहे, ज्याच दु:ख त्यालाच माहीती असते.परंतु दु:ख तेव्हाच करु जेव्हा त्याचे निधन स्वीकारु, गेलेला व्यक्ती आहे, तो आपल्या सोबत आहे या भ्रमात राहीलो तर त्रास आपल्यालाच होणार. कारण या क्षणीही तो अस्तित्वात नसताना त्याच्या सोबतीची आशा करतो व दुखावले जातो.

आपण मानत नसलो तरी सत्य वेगळ आहे. अशा प्रकारे भ्रमात राहून दुखावले जाण्यापेक्षा जे आहे ते स्वीकारा, शोक करा आणि मार्गी लागा... मान्य आहे हे सोप मुळीच नाही, परंतु जे नाही ते स्वीकारून पुढे जाणे सोपे आहे काय? नाही, शक्यच नाही, त्याला केवळ वेडेपणा म्हटला जाईल, त्यात आयुष्य कस थांबल्या सारखच होऊन जाईल, अगदी साचलेल्या पाण्याच्या डबक्या प्रमाणे स्वत:ला समजावण, सांत्वन देण, आशा ठेवण हा भाग वेगळा, ह्या गोष्टी प्रसंगानुसार नैसर्गीक घडतात, आणि कराव्याच लागतात. शेवटच्या क्षणापर्यंत. परंतु एकदा का शेवटचा क्षण निघून गेला कि जे हाती आल ते स्वीकारावच लागत.

'चमत्कार घडु शकतो शेवटच्या क्षणापर्यंत, एकदा का शेवटची घंटा वाजली की निकाल लागतो, जे स्वीकारावच लागत.'

स्वीकारल तर पुढचा मार्ग मोकळा, नाही तर निराशेच्या भुलभुलैय्यात मार्ग शोधतच गुरफटत राहणार.

स्पर्धा

स्पर्धा म्हणजे कित्येक लोकांसाठी धाव असते. त्यात कोण आधी मर्यादा पार करेल कोण शेवटी पोहचेल एवढच सामावल असते बाकी काही नाही. अर्ध्याहून जास्त स्पर्धकांमध्ये कुठल्याही स्पर्धेत भाग घेण्याच्या मागे एक कुठेतरी आशा रुजलेली असते की आपण ही स्पर्धा जिंकावी. मग कुठलीही का असेना, त्यासाठी जिंकण म्हणजेच शेवट आणि हरण गृहीतच घेतलेल नसते, खर बघितल तर हरण-जिंकण हे गृहीत न घेता स्पर्धेत उतरायला हवे. कारण प्रत्येक जणच अव्वल तर येऊ शकत नाही ना? मग एकाला तरी हार पत्करावी लागणारच. पुन्हा एक स्पर्धा जिंकलो म्हणजे खेळ संपला व सहभाग घेण सार्थक झाल अस मुळीच नाही.

कुठल्याही नवीन प्रयत्नात आधी अपयश लाभेल किंवा यशच लाभेल अस नेमलेल नाही. कोणी पहिल्याच स्पर्धेत अप्रतिम यश प्राप्त करतो तर कोणी कितीही प्रयत्न केले तरी सहजा सहजी यश प्राप्त होत नाही. हरलो म्हणजे आपण कमी असा विचार न करता, आपल्याहून अधिक अनुभवाचे पुढे आहेत असा विचार हवा. जे पुढे आहेत त्याच्यात अस काय आणि आपण कुठे कमकुवत याचा सुद्धा विचार करण आवश्यक कारण -

'स्पर्धा हे केवळ जिंकणच नव्हे तर ते हरुण जिंकणे सुद्धा होय.'

जिंकण्यात जरी मज्जा असली तरी हरुण जिंकण्यात खरा आनंद आहे.

जिंकलो, खुश झालो, जल्लोष केला, ठीक आहे, परंतु स्पर्धा एवढ्या पुरताच नसतात. आपल्याला पुढल्या मागच्या कडून शिकाव लागत, त्यात खरी स्पर्धा आहे. कारण प्रत्येक स्पर्धकाजवळ नवीन कला असते, ती त्याची

एक वेगळी ओळख, त्याच सुप्तगुण असतात, त्यांच्यातील ते शोधून ते स्वत: अंगीकारून आपल्याला पुढे चालायच असत, म्हणून स्पर्धेतील प्रत्येक घटक हा महत्त्वाचा असतो, आपल्यापासुन ते नियोजकापर्यंत.

एका स्पर्धेत जिंकलो म्हणजे अख्खा गड जिंकलो हे कुठल्या ग्रंथात लिहलय? ही केवळ एक पायरी आहे. आपल्याला तर अख्खा गड जिंकायचा आहे. जिंकलो, आनंदी झालो तो पर्यंत ठिक आहे. आनंदी व्हायलाच हव, कारण ती शेवटी आपली कमाई आहे, आपली achievement आहे. म्हणून त्यासाठी आनंदी होणे, समाधानी होणे, त्यात कुठलाच गर्विष्ट्पणा नाही. परंतु त्याचाअपव्यय व्हायला नको एका मर्यादेपर्यंत ते ठीक आहे, पण त्याला ओलांडून जायला नको तो यश तिथेच ठेवून व जे अनुभव- शिकवण त्यातून घेतले त्याला सोबत घेऊन पुढल्या स्पर्धेत उतरायच, तर तुम्ही खऱ्या अर्थाने जिंकलात. नाही तर तुम्ही जिंकून हरलात आणि जे हरले त्यांनी आपली चूक शोधत, ती सुधारत, नवे अनुभव घेत पुढे स्पर्धेत उतरायला हवे, तर तुम्ही जिंकू शकाल. नाही तर तुम्ही सुद्धा खऱ्या अर्थानें हरलात समजा.

जिंकणहरण हा प्रश्नच नाही. कारण कोणी जिंकून सुद्धा त्याचा आनंद घेत नाही आणि हरणारा दुसऱ्यांदा मैदानात पाय ठेवायची हिम्मत बाळगत नाही, याला काय अर्थ?

जर तुम्हाला निकालच पचवायचा नसेल तर स्पर्धेत सहभागी होऊच नये. जे कराव ते मनापासून जे होईल ते मनापासून स्वीकाराव, जे आहे ते आपल आहे.. मग ते आपण स्वखुशीने स्वीकारायला हव ते जिंकण असो वा हरण.

स्पर्धा ह्या शिकण्यासाठी असतात, ते आपली पातळी दाखवायला असतात हे सगळ समजून सगळ स्वीकारुन स्पर्धेचा आनंद घेण्यात मज्जा आहे.

'प्रत्येक वेळी जिंकू असे ही नाही,

प्रत्येक वेळी हरू असे ही नाही.

मात्र प्रत्येक वेळी नव काही तरी शिकू

या आशेने स्पर्धेत जिद्दीने मात्र टिकू'

प्रवास

'प्रवास '................. प्रत्येकाच्या दृष्टीने बघता प्रवास शब्दांचा

अर्थ जरा वेगळाच, कोणासाठी प्रवास म्हणजे एका ठिकाणाहुन दुसऱ्या ठिकाणी स्थलांतर तर, कोणासाठी प्रवास म्हणजे जीवनधारा! अर्थ जरी वेगळा असला तरी प्रवास या शब्दांचा अर्थ एकच सातत्य आणि परिवर्तन. यातील मेळ कुठल्याही गोष्टीत सातत्य ठेवत परिवर्तन घडवून आणणे हाच प्रवास.

प्रवासाची व्याख्या बघता लक्षात येते जीवन हा सुद्धा प्रवासच.. जन्म ते मरणा पर्यंतचा, नात्याचा, शिक्षण ते नोकरीचा, बालवाडी ते वृद्धाश्रम चा.. अशा अनेक प्रकारचे प्रवास आयुष्यभर घडत असतात. प्रवासाला सुरुवात झाली की शेवटचा टप्पा असतोच, आता तो टप्पा कसा असणार सुखाचा की दु:खाचा हे आपण निवडलेल्या मार्गावर अवलंबून आहे.

प्रत्येकजण कधी न कधी प्रवासाला जात असतो. एका ठिकाणाहुन दुसऱ्या ठिकाणी जातो, कुठल्या तरी कामानी किंवा सहज करमणूक म्हणून कामानी होणारा प्रवास बहुतांश लोकांना कंटाळवाणा वाटतो, परंतु निम्याहुन अधिक लोक करमणूक म्हणुन प्रवास करतो? आपण तर मुर्ख नाही ना, किंवा आपल्या कडे एवढा फावला वेळ आहे काय प्रवासात वेळ अपव्यय करायला? नाही ना! या प्रवासात जादू आहे, आपल्याला त्याच्या प्रेमात पाडायची. एकदा काय आपण घराबाहेर पाऊल काढले, की परत घराकडे काही वळत नाही. काम काय? ती रोजचीच, अभ्यास काय? तो नेहमीचाच. नात्यातील कटकट काही नवी नाही. मग थोड बाहेर पाऊल टाका, कित्येक

वाटा आपली वाटा पाहत आहेत. कुठलीही एक वाट पकडायची आणि लागायच मार्गी, मग काय? वाट जिकडे नेईल तिकडे भटकायच.

एकदा काय बाहेर पाऊल पडल की सार मागचं पुढचं विसरायच आणि जगायचं केवळ त्या क्षणाला. एवढ तरी अनुभवल जाईल, तरी कळेन काय जादु आहे या प्रवासात.

वाटेनी एकटे निघालो तरी आपण एकटे नसतो, साथ असते ती निसर्गाची. वारा संगतीला झुळझुळ गाणे गातो, वाटेतील वृक्ष, त्यावरील पक्षी जणु आपल्या स्वागतासाठी आतुरच असतात. वाटेवर निघताक्षणीच कित्येक प्रवासी आपल्याला भेटतात, आणि जर नाहीच मिळाले तर निसर्ग आहेच सोबतीला. निसर्गाच आस्वाद घेत, स्वत:शी गुणगुणत मौज घ्यायची प्रवासाची, जगायचा हा प्रवास कसं असतं, आपण एकदा काय भटकंतीला निघालो की आपले घर सुद्धा मागे सुटते नी सारी रोजची काम, ना कोणाची काळजी, आता या रमनीय प्रवासात उरतो केवळ आपण आणि आपली वाट. योगायोग आपल्याला आपल्या सारखे इतर प्रवासी देखील लाभतात. मज्जा अशी की ना आपण त्याला ओळखत ना तो आपल्याला, आपल्या आयुष्यात आणि पुढच्याच्या आयुष्यात काय हे कोणाला ही माहीत नसते. हेच तर गुढ लपलय ह्या भेटीत. मनासोबत गाठ जमवायची या अनोळखीशी कारण आता ना कुठला रुसवा असणार ना कुठला फुगवा, यात उरतो केवळ मनसोक्तपणा. कोण जाणे ह्या अनोळखी व्यक्तीशी आपली पुन्हा भेट होईल किंवा नाही. कदाचीत कधीच नाही. म्हणुन तर यात मोकळेपणा असतो. होऊ शकते कि आपली भेट पुन्हा कधी होणार नाही, म्हणुन आता याच भेटीत रमून जायचं त्या अनोळखीत, आणि कोण जाणे हीच अनोळखणी भेट जीवनभरा ची गाठ जोडून जाईल. कदाचीत हा अनोळखी पुरुष तुमच्या ध्येयपर्तीचा दूत बनू शकतो, तुमचा सखा होऊ शकतो. तुम्ही कुठचे कोण, तो कुठचा, काही – काहीच तडजोड नसते. तरी सुद्धा त्यांच्या सहवासात मन

रमते, गाठी जुळतात. आपल द्यायचं, दुसऱ्यांच चांगल ते घ्यायच ही आपली संस्कृतीच मग प्रवास याला अपवाद कसा?

प्रवासात सुद्धा जिथे जातो तिथे आपल द्यायचं आणि त्या ठिकाणचं जे चांगल जे नव ते घ्यायच. दुसऱ्या प्रवासाची संस्कृती चांगल्या कला, जमल्यास अंगीकारायच्या. हा पण एक मजेशीर खेळच बरं. कधी खेळुन बघा, आवडेल तुम्हाला, दोन दिवस घराबाहेर पडून सर्वस्व त्यात झोकण, त्यात एक प्रकारची नशा असतो. ज्यांनी अनुभवला त्यांनीच अनुभवले बाकींना प्रवास म्हणजे कंटाळाच म्हणायचं.

हा झाला स्थलांतर असणारा प्रवास. आता वळू जीवनातील प्रवासाकडे माणुस जन्माला येतो तेव्हापासून त्याचा प्रवास हा सुरु होतो, तो त्याची देह रुपी वाहन कायमच बंद पडल की थांबतो. या जीवन ते मरण प्रवासात कित्येक स्थानक येतात, काही सुखाचे तर काही दु:खाचे काही महत्त्वाचे तर काही विनाकारण. कुठल्या स्थानकावर किती काळ गमवायचा हे मात्र आपल्या हाती आणि कुठल्या स्थानकवरुन कुठला मार्ग गाठायचा हे सुद्धा. जीवनरूपी प्रवासात मार्ग अनेक असतात, गाठायचा एकच असतो. देह रुपी वाहकात सकारात्मकतेच इंधन हास्याचे इंधन टाकायच आणि गाडी पुढे ध्येयाच्या मार्गांनी वळवत जायची. आपण कितीही प्रयत्न केले तरी आजीवन प्रवास काही थांबवता येत नाही. तो केवळ ह्दय इंजिन बंद पडल की प्रवास पूर्ण होतो. जन्मदाता प्रत्येकाला नेमून इंधन टाकून जन्म देत असतो. बस मग ते इंधन संपेपर्यंत प्रवास करायचा असतो प्रवास तर पूर्ण करायचा आहेच मग तो हसत खेळत, ध्येय गाठत का पूर्ण नाही करायचा? प्रवास करतांनी वाट सरळ, गुळगळीत असणार अस नाही, त्यात खाचखळगे असतीलच, ते पडताच मागे वळण हा मार्ग नाही उलट तेच खाच खळगे पार करत आपल ध्येय गाठणं, हाच तर आहे खरा प्रवास जीवनरुपी प्रवास.

अपेक्षा

एकदा काय झाल? मी व माझ्या ताईने कित्येक दिवस एकमेकांशी संवाद साधला नाही. कारण एकच – अपेक्षा. मला अपेक्षित होत की तिने माझ्याशी बोलाव व तिला अपेक्षित होत की मी तिच्यासोबत बोलाव. ह्या अपेक्षेच्या नादात शेवटी एका तिसऱ्याच व्यक्तीच्या मध्यस्तीने संवाद साधला गेला. नातं म्हंटल की मध्ये येतात त्या अपेक्षा. प्रत्येका कडून आपण कुठलीनी कुठली अपेक्षा करतच असतो आणि यामुळेच मध्ये दरी निर्माण होते.

'अपेक्षा' बघीतल तर वाटत किती सोपा शब्द आहे हा. परंतु या एका शब्दात मोठ तांडव करण्याच सामर्थ्य आहे. एकदा काय अपेक्षाभंग झाला कि तर मग काही खर नाही. काही बाबतीत खूप चांगली भूमिका बजावतात ह्या अपेक्षा. मात्र काही बाबतीत नकारात्मक भूमिकेकडे वळवतात का? आणि कश्यासाठी? तरी आपण अपेक्षा ठेवतो इतरांकडून पण सहाजिक आहे नात म्हटलं की अपेक्षा येतातच. अपेक्षा ठेवायलाही हव्यात परंतु जी व्यक्ती पूर्ण करु शकतो त्या व्यक्तीकडूनच, उगाचच भलत्या व्यक्तीकडून ठेवल्या तर नसलाच त्रास. शारीरिक त्रास, मानसिक त्रास होतो तो जरा जास्तच. आईला अपेक्षा असते की मुलान त्याच ऐकाव, वृद्धपणी त्यांची साथ द्यावी. परंतु तस झाल नाही तर मात्र अपेक्षा भंग होण्याचा त्रास आई सहन करु शकत नाही. म्हणुन अपेक्षा नसलेलीच बरी. जे व्हायच ते तर होणारच उगाच अपेक्षा ठेवून त्रास करुन घेण्यात काय अर्थ. म्हटलं जात ज्या नात्यात कुठलीच अपेक्षा नसते ते नातं मैत्रीच. खरं आहे मैत्रीत कुठलीच अपेक्षा नसते. असते केवळ शुद्ध निरपेक्षीत नात.

जर का मैत्री सारख्या खऱ्या नात्यात अपेक्षेनी घर केल तर त्याच क्षणी त्या नात्यात दरी निर्माण होते. व्हायलाच पाहीजे. का म्हणुन दुसऱ्याकडून अपेक्षा करायची आपण? जे आपल्याला वाटते ते आपण करतो. जे समोरच्याला वाटते ते समोरचा करतो. मग कसली आली अपेक्षा. काही मर्यादेपर्यंत कोणीही अपेकक्षेवर खर उतरु शकतो पण एकदा का मर्यादा लोटली की प्रत्येकाला अपेक्षेवर खरं उतरणं कठीण आहे. प्रत्येक जण आपल्या म्हणण्यानुसार तर नाहीच चालणार, आणि मुळात आपण आपल्या अपेक्षा दुसऱ्यावर का लोटायच्च्या? मज्जा तर अशी की आपल्याला वाटत असते पुढच्यांनी आपल्या अपेक्षेवर खरं उतराव आणि ते ही आपण न सांगता. परंतु पुढच्या व्यक्ती अंतर्ज्ञानी मुळीच नाही आपल्या मनातल ओळखयला.

होते तोवर आपण आपल जगायच, ना कुठल अपेक्षाच ओझ ना कुठला मानसिक त्रास. जी आपली माणस आहेत ती अपेक्षा पूर्ण करतातच, जेवढ्या मर्यादेत आहेत तेवढ्याच. त्या पलीकडे नाही. रुसवे- फुगवे यांचे अपेक्षेशी ऋनानुबंधाचा संबंध असावा. कारण अपेक्षभंग झाल्यावर रुसवे फुगवे येतातच. रुसवे- फुगवे जर का समजुतदार व्यक्तीत असले तर बरं नाहीतर नात तुटेपर्यंत मजल जात असते.

अपेक्षा याला पर्याय म्हणून आशा असु शकते. आशेनी विनय भंग होत नाही जे अपेक्षेने होते. कुठल्याही कार्या करीता, कुठल्याही व्यक्ती कडून आशा ठेवायला हवी अपेक्षा मात्र नाही. अपेक्षा भंग झाली तर त्रास होतो आणि आशा भंग होण्याचा प्रश्नच नाही कारण आशा या शब्दांत आधीच शाश्वती नसते. ते केवळ सकारात्मक दृष्टी म्हणून कार्य करते.

आशा पुढील वाटचाली साठी उम्मेद देते. झाल तर झाल नाही तर नाही तर नाही. परंतु अपेक्षा भंग होतात तस आशा भंग हा प्रकार नसतो. जो पर्यंत आशा आहे तो पर्यंत पुढचा मार्ग आहे.. आशेवरच जीवन आहे

नाहीतर निराशाच आहे.

म्हणुन अनुभव सांगतो अपेक्षा ही काही लोकांपुरती सीमीत असावी काही काळापर्यंतच सीमीत असावी, काही मर्यादेपर्यंतच सीमीत असावी, अपेक्षा पुर्ण झाली ती बरीच, बरी नाहीतर मानसिक त्रासाला कोण बळी पडणार?

वाळलेलं पान

बघता – बघता दिवस बदलले. काल ज्या झाडाला कोवळी पालवी फुटली आज ती वाळुन, गळुन पडलीत. गळलेल्या पानाला आता एकच विचार आपल काय होणार पुढे? कोणी कचऱ्या सोबत जाळुन टाकणार की अशीच मातीत कुजुन जाणार गळलेल्या पानाच काय? कोणाच लक्ष असत त्या कडे? आजवर ती टवटवीत असतांनी किती निगा राखली साऱ्यांनी त्याची..गुलदस्त्यात काय तोरणात काय इतकच नव्हे विविध पदार्थात सुध्दा त्याचा उपयोग आणि आज पान वाळल्यावर, कोणी विचारत नाही त्याला. तो केवळ वाट पाहतोय कुठल्या पद्धतीने त्याचा अंत होणार.

हे झालं झाडांच्या बाबतीत माणसाच जीवन काय वेगळ नाही या पेक्षा. यात देखील तेच विज्ञान आहे. काल बालपण आज तारुण्य उद्या वृद्ध. वृद्ध व्यक्तीची अवस्था देखील त्या वाळलेल्या पाना प्रमाणेच असते. तारुण्य अवस्थात त्या व्यक्तीकडून जमेल तेवढ उपयोग करुन घ्यायचा आणि वृध्दावस्थेत वळुनही पाहायच नाही. वृद्ध व्यक्ती खाटे वर पडुन वाट पाहत असतो देह – दहनाची. काल हव हवसं असणारं जीवन आज त्याला नको आहे. एवढ उभ आयुष्य एवढ्या झपाट्याने लोटुन गेल कळलंच नाही, आणि आज वेळ काही केल्या जात नाही, एक तास एक दिवसा प्रमाण वाटतो आणि एक दिवस वर्षा प्रमाण. उभ आयुष्य इतरांसाठी झिजतराहतो.. आणि झिजलेल्या देहा कडे बघायला कोणाकडे वेळ नाही. आजवर ज्यांनी साऱ्यांना समजुन घेतल आज त्यालाच कोणाला समजता येत नाही. म्हणतात म्हातारपणी माणुस चिडचिडा होतो पण त्याच कारण काय? आपण होय. कारण त्यांना समजुन घ्यायचा प्रयत्नच करत नाही आपण. त्यांचा कलेने

घेतल तर कदाचीत त्यांचा चिडकेपणा नक्कीच कमी होईल, वृद्ध म्हणजे बालक ते उगाच नाही म्हटले जातं. जेवढं बालकाला समजुन घ्यायला कठीण तेवढच वृद्ध व्यक्तीला सुद्धा. बालक व वृद्ध हे ऐकाच माळेतले मणी. ते दोघ कोणाला समजुन घेत नाही आणि या दोघांना कोणी समजुन घेत नाही.

वय आणि वेळ हे सख्खे बंधू म्हणायला हरकत नाही ज्याप्रमाणे वेळ कोणासाठी थांबत नाही कधी विसावा घेत नाही, अगदी त्याचप्रमाणे वय देखील कोणासाठी थांबत नाही. ज्यावेळची गोष्ट त्याच वेळी करावी असे प्रत्येकजण सांगतात, पण अस कोणी सांगितलय त्या वयाच त्या वयात कार्य करावे? मान्य आहे त्याचा अर्थ जवळपास एकच. परंतु अर्थ घेताना आपण तसा घेत नाही. एकदा का वय निसटुन गेला का परत येत नाही. हातातुन वाळू जस जशी निसटुन जाते अगदी त्याचप्रमाणे वय निघून जाते. आणि जे करायच होत ते सुद्धा वयासोबत निघुन जाते. राहतात केवळ इच्छा. बालपण हे अभ्यासात मन रमण्यासाठी नाही तर गिल्ली – दांडू लपंडाव इत्यादी खेळ खेळण्यासाठीही असते. तारुण्यात आकर्षण बोलतो तर, वृद्ध अवस्थेत नातवंडाशी संवाद रमवायचा असतो. हि कामे त्या- त्या वयासाठी नेमून दिलेली आहे. बालपण रंगीन दुनियेत न घालवता बोर्डाच्या परीक्षाचा विचार करत घालवला व तारुण्य भविष्याची, कुटुंबाची काळजी करण्यात अपव्यय केला तर तुमच्या जीवनाला काही अर्थ नाही. वाळू हातुन निसटुन गेल्यावर पुन्हा तिला हातात सावरण्याचा प्रयत्न केला तरी ती काही येत नाही. म्हणून त्या वेळचं त्याच वेळी जगून घ्यायच. अस कुठल्या ग्रंथात नाही की, तारुण्यात खेळ खेळायच नाही, वृद्धावस्तेत आकर्षण होत नाही. होते.. सगळी काम सगळ्या वयात करता येतात पण ती मोजकीच मन रमण्या पुरती. आणि मन रमवायला करायला पाहीजेच. कधी मनात आल तर रंगीन बर्फ गोळे खाल्ले पाहिजे. वेळप्रसंगी समजुतदार पणा घेता आला पाहीजे.

हेच तर जीवन आहे. जशी वेळ आली तशी काठी वाकवता आली

पाहीजे आणि त्या साठीच आधी वयानुसार कार्य संपन्न झाली पाहीजेत.

निम्म्याहुन अधिक वृद्ध खाटेवर यमदुताची वाट पाहत आहेत. कारण काय तर त्यांना इतरांची साथ नाही. वरुन त्यांना त्यांच जीवननिरोपयोगी वाटतय. ज्या व्यक्तींनी आजवर सतत कार्य संपन्न केले आज त्याच व्यक्तीचे कार्य करायला आपल्या जिवावर येत आहे. आजवर तो व्यक्ती हातपाय हलवत होता तर हवाहवासा होता आणि आता त्यांनी निवृत्ती घेता क्षणीच नकोसा झालाय. वृद्धावस्था ही काही कोणी हौशीनी स्विकारत नाही. ती निसर्गाची देण आहे. प्रत्येकाला त्यातुन जायचंच आहे. गुलाबाची कोवळी कळी उद्या उमलुन परवा कोमेजनारचं, मग आपण सुद्धा आजचे उमललेले फुल उद्या कोमेजणारच. मग आपली सुद्धा तीच दुर्दैवी अवस्था असणार ना? आलेला जीव काही सदैव मुक्कामाने आलेला नाही पृथ्वीतलावावर त्याच इंधन संपल की तो मोकळा या जगातुन. मग त्याचा दोन दिवसाचा पाहुणचार करायला देखील का कांटाळायच आपण. पाहुणचार अस अगदीच नाही पण सेवा तर नक्कीच करु शकतो आपण, तेवढच तोंडभर ‘सुखाचा राहा’ असा शत कोटी मौल्यवान आशिर्वादाचे मानकरी ठरु आपण.

एक कळत नाही म्हातारपण आल म्हणजे सगळ संपल अशी समज का रुजली आहे. जरी सेवानिवृत्त झाले असलात तरी जीवन निवृत्त नाही. आता देखील नातवंडाशी मजेशीर खेळ करु शकता. कुमारवस्थेतील उरलेला पाठ्यपुस्तकात वाचु शकता. नाही मोठी पण छोटी जबाबदारी तर नक्कीच घेऊ शकता. तुम्ही शारीरिक कमकुवत झालात, मानसिक अजुन बळकट आहात. कशाला उरलेलं जीवन रडत - पडत गमवायच, अजुनही हसत-खेळत रहायच मन तरुण, तर शरीर तरुण.

आठवण

किती सुंदर हा फोटो! माझा भाचा पहिल्यांदा चालायला लागला तेव्हाचा क्षण कैद केलेला हा फोटो. सगळे कसे आनंदाने विस्फारुन गेले होते त्या वेळी. हा फोटो तर बघ सगळे किती हसत आहेत यात. आम्ही सगळे कुटुंब एकत्र जमा झालो होतो त्या दिवाळीला, त्याच आनंदातील क्षणातील हा क्षण. आजवर जेवढ जगलो तेवढा वेळ तर निघुन गेला, परंतु अजुनही स्मरणात आहेत, त्या साऱ्या आठवणी. काही आठवणी ह्या कागदात कैद केल्या आहेत. तर काही मनात कैद झाल्या आहेत. कधी निवांत असलो की उघडायची आठवणींची तिजोरी आणि वेळ कसा निघुन जातो कळतच नाही. कागदावर केवळ एक क्षण कैद केलेला असतो, परंतु गंमत अशी तो फोटो बघताच आपल्याला तो अख्खा प्रसंगच स्मरणात येतो. त्या फोटोमागची सुख दुःखाची कहानीच डोळया समोर रंगुन जाते, म्हणुन तर महत्त्वाचा आहे आठवणींचा खजिना उर्फ फोटो.

म्हणतात ना वेळ निघून जातो, प्रसंग घडून सुटतो, तरी सुद्धा स्मरणात राहतात त्या आठवणी. गोड - कटु, आंबट- चिंबट आणि उर्वरीत जीवनाला रसमय बनवतात, हया सुख - दुःखाच्याआठवणी. आठवणी म्हणजे तिजोरीच, तिजोरी ती सुख - दुःखाच्या प्रसंगाची. वेळ मिळाला असलाकी उघडायची तिजोरी आणि रंगवायची मैफील. आयुष्य मोठ असल तरी जगायला खुप छोट आहे. एखादा हातातुन निसटला की झाल.. तरी नशीब आपले आठवणींच्या जोरावर जगलेले क्षण पुन्हा जगायची संधी मिळते, वाटेल तेव्हा आणि वाटेल तितक्यांदा. माणुस कितीही एकटा असला तरी भर गर्दीचा भास करुण देते ती आठवण. कधी एकटे बसला तर जीव खायला

उठतो त्या दु:खाच्या आठवणींत. कधी एकटीलाच वेड्यासारखं हसायला भाग पाडतात, त्या मजेशीर आठवणी.

मित्रांची मैफील जमली तर हा प्रसंग नक्कीच अनुभवयास येतो तो म्हणजे एखदी जुनी गोष्ट आठवते आणि सारी मैफील वेड्यासारखी हसायला लागते. तो प्रसंग कोण जाणे कित्येक वर्षा आधी घडुन गेला, पण आजही सारे मित्र तो प्रसंग आठवून खदा-खदा हसत आहेत. यालाच म्हणतात आठवणींचा गोडवा.

कोणी जवळचा व्यक्ती अचानकपणे सोडून गेला म्हणजे तो नेहमीसाठी आपल्याला परका झाला असं मुळीच नाही. स्वर्गवासी झाला असला तरी या पृथ्वीतलावर तो आपल्याशी आपण त्याच्याशी जगू शकतो. त्याच्या आठवणी जिवंत झाल्या की झाल प्रत्यक्ष तो व्यक्तीच डोळ्या समोर उभा होतो आणि अलगत मनावर हात फिरवुन डोळे ओलसर करुन जातो. आठवण म्हणजे माणसाला मिळालेल वरदानच समजायला हव. कारण त्यामुळे कित्येकदा एकट राहण्याची उमेद मिळते.. कोणी सोडून गेले तरी त्यांच्याशिवाय जगण्याची ताकत मिळते. ते दोन क्षण जे अत्याधीक महत्त्वाचे होते तुमच्या हरण्याचे - जिंकण्याचे, हसण्याचे - रडण्याचे, मजेचे - गंमतीचे ते सगळे क्षण आजीवन स्मरणाच्या तिजोरीत घट्ट बंद केले राहतात. ज्यावेळी त्यांचा आस्वाद घ्यायचा असतो त्या क्षणी ती तिजोरी उघडायची आणि आस्वाद लुटायचा.

आजकाल फोटोचे जरा जास्तच वेड लागलेलं दिसते. एका मर्यादे पर्यंत ठीक आहे. फोटो काढायला हवेत, त्यामुळे ते प्रसंग स्मरणात राहतात. परंतु कुठल्याही गोष्टीला मर्यादा असते आणि आजच्या काळात फोटो काढण्याचा अपव्यय केलाय लोकांनी. केवळ एक फॅशन म्हणुन फोटो काढण आणि स्मरणासाठी म्हणुन फोटो काढण यात खूप फरक जाणवतो. फोटो काढण्याच्या नादात तो प्रसंगच जगायला विसरून जातो आपण, वेळ

निघून जाते. तो प्रसंगच तो काळ जगायचा राहुन जातो आणि आठवणी च्या तिजोरीत स्मरणात राहतात केवळ फोटो काढायची आठवण. किती विचित्र ना हे त्याच ऐवजी प्रसंग भरभरुन जगलो आणि मग तो क्षण आपल्या मनाच्या कॅमेऱ्याने स्मरणात कैद करुन ठेवला तर आजन्म तो क्षण आपल्याला हसवत राहील. मुख्य म्हणजे स्मरणातील फोटो कधी डिलीट होणार नाही, कधी हरवनार नाही

अनुभव आणि आठवण यांचा जवळचा ऋणानुबंध, जे अनुभवतो ते स्मरणात ठेवायच आणि पुढील जीवनात त्याचा उपयोगकरायचा..जे क्षण ते त्याच क्षणी भरभरुन जगायचे, अनुभवयाचे आणि त्याच्या आंबट- चिंबट आठवणीने पुढील आयुष्य रसमय करायच. हा मात्र कोणाचा आंबट प्रसंग स्मरणात ठेवून त्यात वैर आठवत राहण्यात मज्जा नाही. मज्जा आहे त्यांच वैर विसरुन नवीन मधुर आठवणी रचवण्यात. त्यालाच तर आयुष्य जगण्याची रीत म्हणतात. आयुष्य अस जगाव की आठ सेकंद जगलेली गोष्ट आठ जन्म लक्षात राहील एवढ खणखणीत जगण असाव माणसाच! बघता बघता दिवस लोटतात आणि जिवंत राहतात त्या केवळ आठवणी.

मस्करी

आपल्या भाषेत मज्जा मस्ती म्हणजे आनंद. एखाद्याची टिंगल करणे आणि हसणे हा झाला मनोरंजनाचा भाग. आपल्या बाजुने ते मनोरंजन परंतु समोरच्या व्यक्तीसाठी तो खरंचं मनोरंजनाचा भाग आहे ? की त्या व्यक्तीसाठी लाजीरवाणी बाब आहे?

मस्करी ही आपल्याला सुख देणारी परंतु समोरच्याला दुःख देणारी असु शकते.

आपण आपल्या आनंदासाठी समोरच्याची टिंगल करतो आणि काय? समोरचा व्यक्ती तितकाच खचत जातो. याचे भान आपण ठेवायला हवे. मस्करीच्या नादात कुणाचे मन दुखावले जाणे ही काय आनंदाची बाब नाही. म्हणजेच ती मस्करी नसून भावनांचा खेळ आहे.

'होय भावनांचा खेळ' मनात जे बोचतय त्याचा विचार न करता आपण भावनांशी खेळत बसतो आणि ह्या खेळात हरते ती माणुसकी. आपल काय? आपण आपल्या दोन क्षणांच्या आनंदासाठी समोरच्याचा कित्येक क्षणांचा आनंद गमावुन बसतो.

आपल्या मनात जे येते ते समोरच्याला बोलतो, आणि समोरच्यानी जर प्रती प्रश्न केलाच तर त्याला मज्जा, मस्करीच रूप दिल की झाल. परंतु यात विषय केवळ आपल्या पुरता संपतो समोरच्यासाठी नाही.. कारण आपल्या बोलण्याशी, त्या मस्करीशी त्याच्या भावना जोडल्या असतात. आपल्या आनंदासाठी त्यांच्या भावनांचा खेळ होतो.

नात जवळच असल की मज्जा- मस्ती ही चालायची. पण त्यालाही

काही मर्यादा असतात प्रत्येक गोष्टीला मर्यादा ही असतेच मस्करी त्यास अपवाद नाही.

जवळचे असलात तर काय झाल. जवळच्या व्यक्तीला भावना नसतात, काय? तुमच्या बोलल्याने समोरच्याला त्रास होऊ शकतो. आपण काय बोलतोय, कसे वागतोय, समोरच्याच्या त्या विषयी काय भावना आहेत, हे स्मरणात असायला हवे. असे नाही -

'उचलली जिभ लावली टाळयाला' जे मनात आल ते बोलून दिल आणि समोर त्याला मस्करीच रूप दिल की मोकळे.

आपण तर मोकळे होणार परंतु समोरच्याच काय? तो तर त्याच जाळयात गुरफुटुन राहणार प्रत्येक गोष्टीप्रमाणे मस्तीला सुद्धा बंधन आहेत. त्या बंधनाच्या आड तिला मस्ती संबोधता येईल, बंधन मोडले की ती मस्ती नसुन भावनांचा खेळ समजला जातो. खेळ खेळायला साधन काय कमी आहेत, जे आपण चक्क भावनांशी खेळतो.

'भावना ही नाजुक कळी असते तीला शब्दांचा घाव सहन होत नाही'

एखादवेळी मारामारीच्या खेळात कितीही घाव झाले तरी सहन होतात व भरुन निघतात परंतु मस्करीमध्ये का असेना श्ब्दांचे घाव सहन होत नाही व भरुन सुद्धा निघत नाही.

म्हणुन मस्करीच्या नादात दुसऱ्यांच्या भावनांचा खेळ खेळु नये. मज्जा मस्ती करीता खुप साधन आहेत त्याचा उपयोग करा परंतु भावनांचा खेळ नको. एका मर्यादे पर्यंत मस्करी बरी आहे, त्यात पुढे मुळीच नाही.

'पचेल येवढीच मस्करी बरी

अपचन होण्याची वाट बघु नका.'

जेवण एवढंच घेतलं जातं, जेवढ पचेल, अपचण होईपर्यंत अन्न ग्रहण

करत नाही. मग मस्करी कशाला एवढी, दुखावले जाईपर्यंत नात तुटायला, गैरसमज व्हायला केवळ एक निमीत्त पुर असतं.. मग ते निमित्त आपण स्वत: का व्हायच?

केवळ मस्करी करतो म्हणजे जवळचे अस नाही. उलट तुम्हाला जवळचे मानतो म्हणुन मस्करी करु देतो. नाही तर उलट उत्तर द्यायला समोरचा व्यक्ती बांधलेला नाही निदान त्या भावनांची तरी कदर ठेवायला हवी.

'जेवढी मस्करी तुम्ही सहन करु शकता तेवढीच मस्करी पुढच्याची करा. कारण परत वार कधी होईल याची शाश्वती नाही.

"म्हणुन मस्करी ही मस्करीप्रमाणे हवी भावनांचा खेळ नाही."

काळोख

रात्री खोलीत एकटी बसली असतांना अचानक वीज गेली. मी दचकुन घाबरुनच गेले. चोहीकडे काळ्याभोर अंधाराने घर केले. अंधाराच्या भीतीने मन कोमेजुन गेले. घरात एकटी, वीज गेलेली काहीच दिसेनासे झालं. कुठे वळाव, कुठल्या बाजुन पाऊल टाकाव.. काहीच सुचेना. केवळ भीती आणि भीती. जवळ उजेडासाठी मोबाईल सुद्धा नाही, दिवा लावतो म्हटलो तर साहित्य कुठ माहीत नाही. शेवटी काही वेळ वीज परतण्याची वाट पाहिली. भरपुर वेळ लोटुनही वीज काही परत आलीच नाही, शेवटी मीच धीर धरत चाचपडत मोबाईल शोधला. मोबाईल सुरु करताच प्रकाशाची किरण सोबत थोडफार धीर घेऊन आली. लगेच मोबाईलच्या प्रकाशात दिवा शोधला व दिवा पेटवला. दिवा उजळताच क्षणात प्रकाश झाला, चोहीकडचा अंधार बऱ्याच प्रमाणात नाहीसा झाला. कासावीस झालेल मन स्थिरावले. अंधारलेल्या रात्रीला तोंड द्यायची हिम्मत मिळाली कशी – बशी काळोख रात्र उलटली, सुर्य उजाडला, सुर्य प्रकाशाने दिवस प्रकाशमय झाला.

हा एक प्रसंग साधारण असला तरी मोलाचा सल्ला देऊन गेला. मुळात दोन मोठे विचार या प्रसंगावरून येतात. त्यातील पहिल्याचे विवेचन आधी करते. ह्या काळोख रात्रीला आपल्या आयुष्याशी तोलता येणार नाही का? अशाच काळोख रात्रीचे प्रसंग आयुष्यात सुद्धा येतात. सगळ काही सुरळीत सुरु असत. दृष्ट लागावी असे आनंदी चेहरे असतात सगळ्यांचे आणि अचानक कोण जाणे काय घडत आनंदी जीवनाची वीज जाते आणि सुखी जीवनात, दु:खाचा अंधार पसरवून देते. अंधार, चोहीकडे अंधार. प्रकाशाचा काही स्त्रोत नाही. काळोखाच्या भयाने मन घाबरून जाते. कुठल्या मार्गाला

पाय टाकावा, कुठल्या दिशेने वळावं काहीच कळत नाही. बस हाताची घडी करुन एका कोपऱ्यात कोमेजुन बसावे एवढच सुचते. कधीकाळी तर अशा प्रसंगाला एकट्याने सामोरे जायचे असते. ही तर खरी परीक्षा. हिंमत द्यायला कोणी नाही की मार्ग सुचवायला कोणी नाही. वाट बघत असतो.. पटकन वीज यावी आणि सुखाच्या प्रकाशाने दु:खाचा काळोख दूर व्हावा, नाही वीज आली तरी काळोखात थोडी प्रकाशाची किरण देणारा दिवा सुद्धा चालेल. पण केवळ भयभीत होऊन वीज येण्याची वाट पाहात कोमेजुन बसण्याने वीज परतणार नाही. तर थोडी हिंमत करुन कशाही प्रकारे दिशा चाचपडत, काही तरी प्रकाश स्त्रोत शोधण्यास अर्थ. मान्य आहे, काळोखात - अंधारात दिशाभूल होऊन, पायाला ठेच लागेल पण प्रकाशाची किरण नक्की मिळेल हाच तर आहे कठीण प्रसंगाला तोंड द्यायचा मार्ग. कितीही कठीण प्रसंग असला तरी भयभीत न होता त्यातुन बाहेर निघण्याचा मार्ग शोधा. आधी ठेच लागेल, मग थोड्या प्रकाशाची किरण सापडतील आणि प्रयत्न कायम ठेवल्यास पूर्ण प्रकाश अंधारच घर घेईल. तुमच्या प्रयत्नाच्या प्रकाशांनी काळोख नाहीसा होईल.

जेवढी भीती काळोख्या रात्रीत असते ना त्याहुन भयानक आयुष्यातील काळोख असतो. अचानक कोणाची दृष्ट लागते आणि दु:खाचा डोंगर कोसळतो, कस कराव, काय कराव सुचेनासे होते. जिकडे बघावे, तिकडे अंधार, त्या अंधाराच्या मधो – मध हिरमुसलेले आपण पण काळजी करायचं कारण नाही.. दिवस मावळला की अंधार होतोच. रात्र काय ही कायमचीच मुक्कामासाठी उजाडत नाही, जसा सुर्य मावळताच रात्र होते, तशी काही काळांनी रात्र मावळुन सुर्यांची किरण पृथ्वीवर पडणार आणि दिवस प्रकाशमय होईल. कुठलीच गोष्टी स्थायिक नाही आलेला दिवस जाणारच आहे.. बस काही काळ लोटण्याची प्रतिक्षा आहे. जस दिवस असतांना सुखाचा आनंद लुटला तसा रात्र असतांना दु:खात हिम्मतीने राहण्याचे सामर्थ्य ठेवा. रात्र आली म्हणजे प्रत्येक वेळी अमावस्येची रात्र आहे अस नाही, प्रकाशाची

किरण देणारा, धीर देणारा चंद्र घेऊन सुद्धा रात्र येऊ शकते. प्रश्न आहे दृष्टीकोणाचा, तुमची किती हिम्मत आहे चंद्र तारे शोधण्याची.

चंद्र- तारे शोधण्याचा प्रयत्न करा नाहीतर स्वत: चंद्र तारे बनुन इतरांना काळोख रात्री प्रकाश द्या. कारण केवळ अमावस्येची रात्र समजून पहाट होण्याची वाट पाहत राहण्यात अर्थ नाही. पहाट तर आज ना उद्या होणारच आहे. पण त्या आधी तुम्हाला प्रकाशाचा मार्ग शोधणं गरजेच आहे. कारण दुसरा दिवस उजाडला आणि दुर्देवाने सुर्य ढगांनी झाकुन गेला असला तर पुन्हा काळोख दिवसच येणार ना? म्हणुन हिम्मत न हरता काळोख रात्रीत प्रकाशांचा मार्ग शोधा. काहीही झाल तरी सार आपल्या हातीच असत.

हा झाला आयुष्यातील काळोख, तो प्रत्येकाच्या आयुष्यात काही काळासाठी येतो. परंतु मला आठवली ती त्या दिवशीची बाई जिने मला बसस्थानकावर रस्ता ओलांडून मागितला. ती तीच होती जिच्या आयुष्यात जन्मत:च काळोख होता आणि तोही आयुष्यभरासाठी. काही तासांची गोष्ट होती तरी आपला जीव कासावीस झाला आणि त्यांच काय जे आयुष्यभरासाठी आंधळे असतात? कसे जगत असतील ते? कसा मार्ग शोधत असतील ते? त्यांच्याकडे तर प्रकाश मार्ग शोधायचा काही पर्याय सुद्धा नाही. तरी सुद्धा ते जगतात, आपण जगतो तसे. म्हणतात देव एक शक्ती कमी देतो तेव्हा एक दिव्य शक्तीच वरदान सुद्धा देतो. तरी मला अस वाटते एक शक्ती कमी असणे हि काही सोपी गोष्ट नाही, जरी तिला दुसरी दिव्य शक्ती मिळाली असली तरी. कारण प्रत्येक शक्तीच एक अनन्य साधारण महत्त्व असतेच, तिचा उपयोग असतोच. आपली काही तासासाठीच धांदल उडते आणि ते कायमचे अंध लोक अखख आयुष्य अंधारात जगतात त्यांना नसेल वाटत काय ह्या काळोखाची भिती? त्यांना नसेल प्रकाशाची आशा? आहे त्यांना आशा ही आहे आणि भीती सुद्धा.

परंतु ते तसेच हातावर हात ठेवून बसून नाही राहीले. त्यांना जिद्द होती

जगण्याची. त्या जिद्दीने त्यांना भाग पाडल प्रकाशाचा मार्ग शोधायला. जरी प्रकाशची परिभाषा, स्वरुप वेगळ असल तरी कार्य मात्र एकच, ते म्हणजे आनंददायी जीवन जगणे आणि ते हे लोक व्यवस्थीत करतात. ही देवाघरची फुलेच म्हणावीत. या फुलांकडुन आम्हा व्यक्तींना नक्कीच शिकायला हवं.

उद्याच्या सुर्यांची वाट पाहण्यापेक्षा आजची रात्र भागवण्यासाठी तरी प्रकाश स्त्रोत शोधुन काढायला हवा. कुठल्याच ठेचांनी डगमगुन न जाता शोध मोहीम कायम ठेवावी. काय आहे प्रत्येकाच्याच आयुष्यात काळोख रात्री प्रकाश पाडणारा चंद्र नसतो, म्हणून वेळप्रसंगी स्वतः चंद्र होण्यात गैर नाही. कधी चंद्र होऊन बघा, कोणाच्या आयुष्यातील काळोख दूर करुन बघा, बरं वाटत, समाधानी वाटत, नाही तर काय आयुष्यात काळोख आणि काळोखचं आहे.

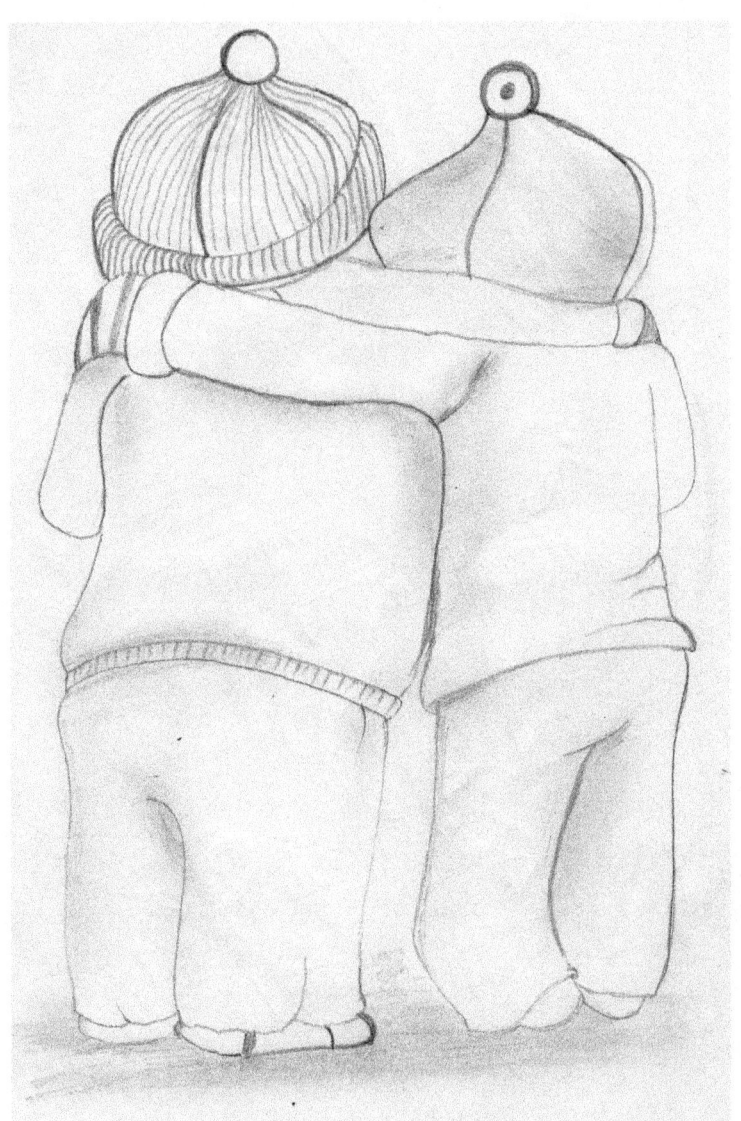

ऋणानुबंध

परिक्षेचा निकाल आला. किती आनंद त्या मिळालेल्या घवघवीत यशाचा वाटलं जणू अख्या जगाला ओरडुन सांगाव माझ्या किर्तीबद्दल. पण बघा आश्चर्य अख्खं जग सोडून ही आनंद वार्ता आधी कळवली जाते मोजक्याच व्यक्तीला. मोबाईल मध्ये नंबर असतात हजार जवळपास पण नेमका फोन लावला जातो तो एका मुख्य व्यक्तीलाच. अस का? कारण आपल सगळ सुख- दु:ख व्यक्त करतो आपल्या माणसा जवळ आणि हा आपला माणुस पुर्ण जग नसतो तर जगात मोजकेच व्यक्ती होतात. मुख्य म्हणजे आपला कुटुंब. कुटुंब म्हटलं की आल त्यात सर्वच आई-बाबा, ताई-दादा, आजी–आजोबा. कुठली आनंदाची वार्ता असो किंवा दु:खाच आभाळ कोसळो हे सार व्यक्त होते, आपल्या कुटंबासमोर क्वचीत वेळाच हे इतर व्यक्ती समोर व्यक्त केले जाते. आपल्या माणसात केवळ कुटुंबच मोडत नाही तर त्यात आपले जवळचे मित्र- मैत्रीणी, सुद्धा येतात.

ज्या व्यक्ती समोर आपण आपल अख्खं पुस्तक उघडून ठेवतो. कुठलाही प्रसंग असो तो आधी त्याला सांगीतला जातो. तो म्हणजे आपला व्यक्ती! कोण जाणे कसे हे नाते निर्माण होतात, नकळत बघता बघता अशी गाठ निर्माण होते. की सुटता सुटत नाही. आणि ती सुटायला ही नको या मुळेच तर आपण प्रत्येक प्रसंगाला सामोरे जाण्यास घाबरत नाही. पाठीशी हात असला की काही भिती नसते वाटत काही घडो, माझ्या पाठीशी कोणी आहे. ही जाणीव किती सुखदायक असते. एकांताची भीतीच पळून जाते.

काही प्रसंग असे घडतात, आपले कोणा व्यक्ती सोबत कुठल्या विचांरावरुन मतभेद घडत असतात. परंतु तो व्यक्ती आपली बाजु समजुन

घ्यायचा प्रयत्नच करत नाही. त्याला केवळ त्याची बाजु आणि तो बस एवढच महत्त्वाच असतं. एकदाचा तो व्यक्ती नात तोडेल पण त्या मतभेदाच्या कारणावर आपली बाजु सोडणार नाही. आणि जर हाच प्रसंग आपल्या माणसा सोबत घडलाच तर तो व्यक्ती एका वेळा पर्यंत आपल मत ठेवेल पण जेव्हा अटितटीची वेळ येईल तेव्हा तो स्वत:च मत बाजुला ठेवून आपल्या हितासाठी जे योग्य आहे, ते करेल.. पण नात तोडणार नाही. वेळ पडल्यास नात्यावर लहानसा पण डाग लागु देणार नाही. आपल्या हिताच जे बघतात ती आपली! स्वत:बद्दल तर प्रत्येकच व्यक्ती विचार करतो पण स्वार्थ सोडून आपल्या हिताचा विचार हा आपलाच माणूस करु शकतो. कित्येकदा घरात वादविवाद होतात. अगदी टोकाचे सुद्धा कधी समजुदारपणा घेतला तर एक सदस्य मागे पाऊल घेतो आणि समजोता करतो. परंतु दुर्दैवाने कधी घरे तुटतात. पण आपुलकीची गाठ अशी जुळलेली असते, की एवढ भांडण झाल्यानंतर घर तुटल्यानंतर सुद्धा कोणाला काही बरवाईट झाल्यास कुटुंबातील कोणीना कोणी सदस्य मदतीला धावतो. इतर व्यक्ती ही कामापुरते सिमीत असतात परंतु जेव्हा खरी वेळ असते तेव्हा आपलाच व्यक्ती धाव घेतो.

किती चुकत आपल? आपण आपल्या माणसांची ओळख न पारखुन कित्येकदा स्वार्थी व्यक्ती सोबत वाजवीपेक्षा जास्त नात निर्माण करतो. आणि जेव्हा खरी गरज असते तेव्हा ते स्वार्थी व्यक्ती आपल्याला एकट पाडून निघून जातात आणि ज्या आपल्यांना आपण एकट पाडलं तेच आपल्यासाठी धावुन येतात. म्हणतात ना ज्यावर हक्क आहे त्यावरच आपण रागावतो, हो हे अगदीच खरं आहे. आणि हक्क हा केवळ आपल्या व्यक्तीवर गाजवायचा असतो. कारण इतर कोणी आपल अस- कस ऐकून घेणार? त्यासाठी एक अधिकार निर्माण करावा लागतो, विश्वास निर्माण करावा लागतो. ज्या प्रकारे आपण हक्क आपल्या व्यक्तीवर गाजवतो त्याच प्रमाणे माफ सुद्धा आपलाच व्यक्ती करतो ते प्रेमच काही अनोखं असतं. ती ओढ काही वेगळीच असते. त्यात काहीही वैज्ञानीक शुत्र नाही किंवा काही विशीष्ट नियमावली नाही.

ज्याच्याशी गाठ जुळली त्याच्याशी जुळली. रुसवे- फुगवे काय ते तर होतच असतात. बाबा ओरडले म्हणुन ते दुरचे, शेजाऱ्याने लाड केले म्हणजे आपला, अस बिलकुलच नसत. घरचे रागवतात ते आपल्या हितासाठी शेजारी काय? थोड्या वेळा पुरते असतात जमेल तेवढ लाड करतात आणि थोड चुकल की चुकीला माफी नाहीच. परंतु आपले पालक चुकीला माफ करण्याचा पर्याय न चुकता निवडतात.

आपली माणस म्हणजे केवळ आपल कुटुंब असत नव्हे त्यात आपले सखे सोबती सुद्धा येतात. यादी बघितली तर भली मोठी मित्रांची आणि संकट काळी समजुन घेणारे मात्र एक – दोघेच काही ही कुठल्याही प्रसंगाला तोंड द्यायला सोबत असतात ते खरे मित्र. वाढदिवसाची पार्टी खायला सारेच तयार होतात आणि मदतीचा हात मागितल्यास सारेच मागेच मागे पळतात. असे कुठले पळपुटे मित्र आपले मानायचे ? काही प्रसंग आपण कुटुंबात व्यक्त करु शकत नाही. काही अडचणी सोडवायला कुटुंब योग्य नसते.. त्या वेळी एकच मार्ग दिसतो, म्हणजे खऱ्या मित्राचा. कितीही मोठी चूक करा अगदी मोठ्या मनाने चूक पोटात घालतो तो खरा मित्र. ज्यावर स्वत:पेक्षा अधिक हक्क गाजवु तो आपला मित्र.

आपल्या आनंदात आनंदीही तेच होतात आणि दु:खात दु:खी सुद्धा तेच होतात. हक्काने रागवतात, हक्काने माफी मागतात, मोठ्या मनाने माफ करतात, चुकल्यास सावरतात, हरल्यास समजवतात, ते म्हणजे आपली माणस बाजारात शोधून सापडत नाही किंवा नियमावली नुसार मिळवली जात नाही ती नकळत नशीबाने मिळतात. कोण जाणे कसा ऋणानुबंध जुळतो आणि आपल नवीन नातं निर्माण होत. 'ऋणानुबंध' मोकळ्या भावनांचा बंध म्हणजे ऋणानुबंध अशा ऋणानुबंधाचे ओझ मानल जात नाही, उलट डोक्यावरच असलेल ओझ कमी करतो तो म्हणजे ऋणानुबंध.

रूसवे – फुगवे

आयुष्य म्हटलं की अनुभव आलेच. काही गोड काही कटु, नको असले तरी कटु अनुभवांना सामोरे जावचं लागत. असाच एक माझ्या आयुष्यातील नको असलेला परंतु दुर्दैवाने आलेला अनुभव सांगते. माझ्या मते 60% लोकांना हा कटु अनुभव येतोच. आयुष्य जस – जस पुढ जात जाते तस तशी नवीन नाते निर्माण होत असतात. काही नाते अती प्रमाणात जुळवली तर ती नाते जवळची होतात. आणि काही नाती तशीच राहतात, पण मुद्दा असा की आयुष्यात जेवढे दिवस तेवढी नाती अस म्हणायला हरकत नाही. घरात कुटुंबातली नाती जन्मताच लाभतात. शेजार- पाजारची नाते वेगळी, शाळा – कॉलेजची, मित्र – मैत्रिणींची नाती वेगळी अशी ना ना म्हणता कित्येक नाती माणुस निर्माण करुन बसतो. माझ्याही आयुष्यात अशी अनेक नाती आहेत. नाते असली म्हणजे टिकतातच असे नाही. ते आयुष्यभर टिकवावे लागतात. नात्यात एकमेकांना समजुन घ्यावं लागत. माझ्या आयुष्यात जेवढी नाते मी निर्माण करते, तेवढी टिकवण्याचा प्रयत्न देखील करते. परंतु टाळी दोन्ही हातांनी वाजते, नात दोन्ही बाजुंनी टिकवाव लागत. एक असचं मैत्रीणीशी नात जुळल होत खूप दिवसपर्यंत सारच ठीक होत .आम्ही बघता बघता जवळच्या मैत्रिणी झालो. सार काही एकच अश्यातला प्रकार करुन सगळं एकत्र करायला लागलो. एक मेकी शिवाय पानही हालायच नाही. परंतु कुठली नजर लागली आमच्या गोड मैत्रीला आणि आमच्यात दुरावा येत गेला. काही काळ प्रयत्न केला नातं सावरायचा, परंतु काहीना काही कारणाने नात बिनसत गेल आणि नात तुटलच असं समजा.

असा अनुभव कित्येकांच्या आयुष्यात येतो, नात हळुहळु जुळत मग अगदी मस्त जोडी जमते आणि अचानक नातं स्मशानात जाळल जात.

बघा ना काल आपण एका ताटात जेवणारे, आज एकमेकांच तोंड देखील बघायला तयार नाही. किती हा कळवटपणा एकमेंकाबद्दल, आज त्या माणसाचा किती तिरस्कार करतो आपण. जणु आधी काही नात होतच नाही आपल्यामध्ये. आजच्या रागात कालच प्रेम विसरलोच आपण. नातं एकदा निर्माण झाल म्हणजे ते सदैव टिकणार अस नाही. नात निभवाव लागत, ते टिकवाव लागत. केवळ घरातील रक्ताचे नाते आणि खऱ्या मैत्रीचे नाते हे सोडल की प्रत्येक नात हे निभवावच लागतं. याचा अर्थ अस नाही की मैत्रीच्या व रक्ताच्या नात्याला कुठलीच जबाबदारी नाही, जबाबदारी असतेआणि त्यात निष्पाप प्रेम असते ना की काही चूक झालीच तर नात तोडण्या आधी प्रेम आड येते, या नात्याचे कोडे जगा वेगळच म्हणुन इतर नात्यात यांचा समावेश करण जरा चुकीचच. नात्यात अपेक्षाभंग झाल्यास तर मग नात वेगळच वळण घेत. नात्यात स्पष्टपणा हाच हवा नाही तर शंका घर करत आणि त्यामुळे नात्यात तणाव, जर हे तणाव वेळेत सावरल नाही तर नात टिकवता येत नाही. नाव जी नदीत तरंगताना काही कारणास डुबन्याच्या वळणावर गेलीच तर तिला वेळेत सांभाळाव लागत. नाही तर नाव पाण्यात डुबायला वेळ लागत नाही. ह्याच प्रकारे नात्यात कुठलीही शंका असल्यास ती तत्काळ सावरायला हवी..

नात तुटतांना थोडे प्रयत्न आपण करतो आणि जबाबदारी एकमेकांवर ढकलुन आपण निवांत होतो. रागाच्या भरात आपल्याला केवळ पुढच्याची चूक दिसते आणि आपल्यावर दया माया येते. आपण नातं टिकवायला काय प्रयत्न करायच आणि काय करतो आहे या पेक्षा समोरचा कसा बिनधास्त बसलाय या कडे आपल अधिक लक्ष असत. पण आपण विसरतो की समोरच्याच्या मनात सुद्धा हाच विचार येत असणार तर जेवढा त्याचा

राग आपण करतो तेवढ्याच त्याच्या चुका आपल्याला दिसत जातात. एवढा गैरसमज आपल्या कित्येक वर्षाच्या नात्यावर भारी पडतो. एवढच आपल प्रेम, एवढच आपल्यात समजुतदारपणा, एकेकाळी वाटतं आपण एकमकांना किती समजुन घेतो आणि आता आपल्याला स्वत:शिवाय कोणाला समजुन घ्यायच नसतं. केवळ आपल्यावर किती अन्याय होत आहे, एवढच दिसत, त्या आड काय आहे, काय झाल, त्याच आपल्याला काय.

कधी काळी दुखावले जातो नात टिकवायचं असत आपल्याला, परंतु पुढाकार घेणार कोण? केवळ समोरचा व्यक्ती. आपण लहानपण घेणार काय? का समोरच्याची वाट पाहत बसायची. मनात असतं तो स्वत:हुन बोलायला आला तर मी बोलणार नाही तर मी स्वत:हुन जाणार नाही. हो तुम्ही मोठे आहात, तुम्ही चूक केलेली नाही, प्रत्येकदा तुम्हीच पुढाकार घेता, हे सगळ बरोबर. पण हा झाला तुमच्या बाजुने विचार. परंतु हाच विचार पुढचाही करत असेल त्याच काय? आणि जरी पुढचा असा विचार करत नसाणार, त्याची चुकी असणार तरी पुढे पाऊल टाकत नसणार तर काय झाल?

तुम्ही लहानपण घेतले, स्वत: बोललात त्यात कुठला छोटे पणा, आणि कुठला आला स्वाभिमान. थोड लहानपण घेऊन स्वत: पुढाकार घेऊन बघा, शांत मन ठेवून, कुठलीच आपली बाजु न बघता निवांत स्वत:हुन बोलायचा प्रयत्न केला तर बिघडल काय. तुमच मन नंतर ठेवून आधि समोरच्याच म्हणनं समजुन घ्या त्यांच्या मनात काय, त्याच्या अपेक्षा काय, त्याला काय वाटतं हे सार निवांत समजुन घ्या आणि त्यानंतर त्यावर तुमच मत ठरवा. जुळल तर जुळल नाही तर तुटल, तो नंतरचा प्रश्न, परंतु प्रयत्न करायला हरकत काय? तुम्ही तुमचा प्रयत्न करायचा दोन्ही कडुन नात्यात सारखं प्रेम असेल तर ते नक्की टिकणार, नाही तर एका बाजुनेच

नाव सावरली तर ती डुबनारच. निदान तुम्ही नाव सावरण्याच प्रयत्न केलात याच समाधान तर मनात राहील. नाही तर आयुष्यभर तुम्ही स्वत:ला माफ करणार नाही. खुपदा असंच होतं. आपण एकमेकांची वाट बघत असतो. याला अर्थ काय? नात्यात गाठ पडत जाते आणि वेळ झाला की गाठ सुटता – सुटत नाही.

वाद होण्याआधी आपण कसे एकत्र होतो, किती गंमती जमती केल्या याला अंत नाही. आणि आता केवळ तिरस्कार. तिरस्कार, चुका या पलीकडे डोकावून बघा.. या आधी किती प्रेम होत एकमेकांवर तुमच, किती घट्ट मैत्री होती तुमची. मान्य आहे आता वाद झाला परंतु व्यक्ती तर तिच आहे. काल तुम्ही एकमेकीशिवाय राहु शकत नव्हते आणि आज जिवावर उठले, याला काय अर्थ आहे? एक चूक, एक गैरसमज, तुमच्या वर्षाभराच्या प्रेमावर हावी पडला. नात तोडण्याआधी जरा भुतकाळात जाऊन तेच प्रसंग पुन्हा अनुभवुन बघा त्यानंतर बघा होणार काय हिम्मत नाते तोडण्याची. नाही, मुळीच नाही. कालचा दिवस बघता आजच्या दिवसावर नक्कीच किळस येणार आपल्याला. नात सहजा सहजी जुळत नाही. नात जुळवुन कित्येक वर्ष त्यावर प्रेमाच, विश्वासाच खत पाणी घालून आज ते नात इवल्याशा कुऱ्हाडीने तोडुन टाकणार? नात तोडायच होत तर मग निर्माण केल कशाला. पुढे काय होईल हे सांगता येत नाही परंतु नात टिकवायचा प्रयत्न तर आपण करुच शकतो.

कधी काय होईल हे कोणालाच सांगता येत नाही. मग उगाच वाद-विवाद करून, दुरावे निर्माण करून कशाला वाईट दिवस अजून वाईट करायचा. जेव्हा माणूस देवाघरी गेला कि तर मग रडत बसतो, अस करायच होत, तस करायच होत हे केवळ होत म्हणुन राहून जाते. गेल्यावर हातात काही उरत नाही मग आज सगळं सुरळीत असताना नातं सुरळीत ठेवायला काय हरकत आहे. जरी मोठी चूक झाली असेल नात्यात रस उरले नसेल

तरी डगमगत का होईना नाव किनाऱ्यावर असेल तरी तिला अजिबात बुडू देऊ नका. कारण काय उद्या कोणाच्या शवावर अश्रु ढाळावे लागतील हे सांगता येत नाही. म्हणून लहानपण घेऊन मोठ्या मनाने नात टिकवायचा प्रयत्न करा.

नियती

लहानपणी किती वेगवेगळे खेळ खेळलेत आपण! त्यातील प्रत्येक खेळात प्रत्येक डाव आपण आपल्या मर्जीने खेळला. कधी हरलो कधी जिंकलो परंतु खेळण्यातील रीत ही आपल्या स्वत:ची होती. असाच एक खेळ प्रत्येकाच्या आयुष्यात खेळला जातो. परंतु दुर्दैवाने त्याचे डाव आपल्या हाती नसतात तो खेळ म्हणजे नियतीचा. आपण कसेही जगलो कसाही डाव खेळला तरी सुद्धा जिंकणे – हरणे हे नियतीच्या खेळावरच अवलंबून असते. ह्या नियतीच्या खेळाला कोणीही, कसल्याही प्रकारे हरवू शकत नाही. ते म्हणतात ना जे नियतीला मंजूर असेल तेच घडेल मग ते तसच आहे. कार्य करणे हे आपल्या हाती, बाकी सगळ नशीबाच्या हाती.

किती मजेशीर असते जीवन, कधी काय होईल, कधी बाजी पलटेल हे काही सांगता येत नाही. दोन गटात स्पर्धा सुरु असते त्यात एक गट सुरुवातीपासुन चांगला खेळत असतो. स्पर्धेचा निकाल जणू त्याच्याच बाजुने लागणार परंतु शेवटच्या क्षणाला अख्खं वातावरणच बदलत. जो गट हरेल अस वाटतं, तोच गट खेळ जिंकतो. मग याला नशीब नाही तर काय म्हणणार. एखादा रुग्ण शेवटचे श्वास घेत असतो तो बरा होऊन घरी परततो. त्याचीच दुसरी बाजू बघितली तर हसता – खेळता तरुण त्याला कसलाच काही त्रास नाही तो अचानक भोवळ येऊन कोसळतो तर पुन्हा उठुन बसत नाही. सरळ देवा घरीच चालता होतो. हे सगळ आपल्या अवाक्याच्या बाहेरच आहे या मागच कारण, खेळातील डाव शोधण कारण हा खेळ आहे नशीबाचा. तुम्ही काहीही करा जे नशिबात लिहलय तेच घडणार.

जन्मापासनचं आपन नशीब घेऊन येतो हे मानायला हरकत नाही. जन्मापासनच आयुष्यात घडणाऱ्या गोष्टी एकमेकांवर आधारित असतात.

आज जे घडल ते काही कारणास्तव घडणार आज घडणाऱ्या घटनांवर नक्कीच भविष्यातील घटना अवलंबून असणार. हे सगळ लिखीत असत आपण मात्र निम्मित.. बघा ना कोणी व्यक्ती बसने बाहेरगावी जाणार असतो. काही कारणास्तव त्याच त्या बसने जाणे टळत आणि काही तासांनी कानावर पडत की त्या त्या बसचा अपघात झालाय. केवढा धक्का बसतो आणि मुखातुन निघत – 'नशीब मी त्या बस नी प्रवास केला नाही' घडणाऱ्या घटना आपल्या मर्जीच्या असतात किंवा नसतात सुद्धा. तरी घडणाऱ्या घटनांना कोसून उपयोग नाही. माझच नशीब वाईट असं बोलणं चुकीचं, कारण पुढे काय घडणार याचा अंदाज आपण बांधु शकत नाही. या नशीबाचा कुठलाच नेम नाही. आज हसवतय म्हणजे नशीब चांगल आणि आज रडवतय म्हणून नशीब वाईट अस म्हणता येत नाही. कारण आज रडवत असणार परंतु उद्या तो हसवणार सुद्धा आणि आज हसवलंय म्हणजे पुढे देखील हसवणारच अस नाही. यात आपला वाटा असा की घडणाऱ्या घटनांकडे बारकाईने लक्ष देत जे घडतय ते स्वीकारत, नशीबावर विश्वास ठेवत पुढचं पाऊल टाकायला हवा.

सार काही नशीब घडवून आणते हे सत्य आहे परंतु मग आपण हातपाय न हालवता गुपचूप बसायच असा अर्थ होत नाही. नशीब जे घडवून आणत ते आपल्या निमित्ताने घडवून आणत त्यावेळी आपल्याला हात – पाय हलवणे गरजेच आहेच. नशीब घडवतंय म्हनून आपण गप्प बसायच नाही तर आपण आपल कार्य सातत्याने सुरु ठेवायचं.

जे घडायचं ते घडनारचं म्हणुन आपण थांबायच नाही आपल कार्य सुरू ठेवायच. नशिबाच्या खेळात सहभागी होऊन आपण आपली भूमिका आवर्जून खेळायची. हरताना दिसतोय नशीबात हरणच लिहल असणार म्हणून खेळ अर्धवट सोडून देण चुकीच आहे. कोणास माहित शेवटच्या क्षणी बाजी पलटणार आणि खेळ आपल्या बाजूने असणार म्हणून सातत्य हे महत्त्वाच. नशीब त्याच काम करते आपण आपल काम करायचं.

नियती कधी-कधी खुप वाईट खेळ खेळते. नको असलेला क्षण भोगायला लावते. तेही आधी प्रकाशाची वाट दाखवून शेवटी अंधाऱ्या खोलीत नेऊन सोडत. या वेळी खचून न जाता अंधारात देखील ताठ उभ राहता आल पाहीजे, कारण नियती सुद्धा आपली परीक्षाच घेत असते, आपण प्रत्येक डाव खेळायला तयार आहोत की नाही हे तपासायला आणि त्या नंतरच ती खरा डाव टाकून आपल्या शक्तीनुसार खेळ खेळते,. जरी नशीब लिहले असले तरी कुठेना – कुठे तर आपल्या वागणूकीवरच, आपल्याला पारखुनच लिहले जाते अस गृहीत धरायला हरकत नाही.

या इवल्याश्या जीवनात कसला घमंड आणि कसला आला अहंकार, आज नशीब चांगला खेळ खेळला म्हणुन चेहऱ्यावर हा आनंद आहे. परंतु कोण जाणे नशीबाने बाजी पलटवली तर रडण्याला भाग पाडेल. 80% आपल्या हाती तरी 20% हे नशीबाच्या हाती आहे. स्वकर्तृत्वावर विश्वास ठेवण चांगल आहे परंतु स्वकर्तृत्वावर वाजवीपेक्षा विश्वास ठेवण चुकीच आहे कारण शेवटी दोरी ही नशीबाच्या हाती. आपल्या अहंकार दाखवून माज दाखवून अर्थ नाही, कारण नशीब असा खेळ आहे की कधी कोणता डाव टाकेल आणि माती मोल करुन ठेवेल याचा नेम नाही. म्हणून नशीबाला निदान घाबरुन तरी अहंकार घमंड याच्या वाटेला जाण बंद करा. सारे दिवस सारखे नसतात कारण नशीब प्रत्येक दिवसी नवा डाव रचतो. आयुष्यच्या पुढील पानावर नशीबात काय लिहलय यासाठी आजच्या पानात नशीब काय दाखवायचा प्रयत्न करतेय हे पहा, म्हणजे पुढच्या पानाचा हात धरता येईल. हे एवढ सोप मुळीच नाही. त्यासाठी कित्येक श्रम घ्यावे लागतात. ज्याला जमल त्यालाच जमल. प्रयत्न येवढे आपण करु शकतो.

नशिबात काय लिहलय हे कोणालाच पारखता येत नाही, एवढचं काय तर नशीब बदलवता देखील येत नाही. सतत कार्यरत राहण एवढ आपल्या हाती आहे. आपण आपल्या परिने पूर्ण प्रयत्न करायचे बाकी, नशीबावर सोडायच. चांगल तर चांगल नाही तर वाईटच सही. परंतु जे होईल त्याचा पुढील पानाशी काही तरी संबंध असेल एवढ नक्की.

जगणं कळतं तेव्हा

प्रत्येकाचा जन्म होतो, तो कशासाठी? तर तो होतो जगण्यासाठी विशिष्ट कार्य म्हणा की विशिष्ट उद्देश म्हणा त्या विशिष्ट हेतुसाठीच आपला जन्म असतो. ते उद्दिष्ट्य केवळ दुसऱ्यांच्या हिताचे नसून आपल्या हिताचेदेखील असू शकते, त्यात काही गैर नाही परंतु आपल्यातील किती जण हा उद्देश साध्य करतात. किती जण जगण साक्षात अनुभवतात? ते जाऊ दे तो तर लांबचा विचार झाला. आधी तरजगण म्हणजे काय याच अर्थ तरी माहिती आहे काय? केवळ श्वासोश्वास नियमीत सुरु असणे, ह्रदयाचे ठोके सतत सुरु असणे म्हणजे माणुस जिवंत अस होत काय? की सकाळी उठणे वेळेवर जेवणे, ठरावीक काम करणे, दैनंदिन क्रम पाडणे आणि वेळ झाली की निद्रस्थितीत मग्न होणे, दुसऱ्या दिवशी सकाळ होताच पुन्हा तोच दिनक्रम, म्हणजे जगणे होय काय? निम्याहुन जास्त लोकासांठी हेच जगणे. पोटभर जेवायला मिळालं, चांगला परिवार मिळाला, काय ते 1-2 समारंभात हजेरी लावली, मिळाली ती नोकरी केली म्हणजे आपण आपले जीवन जगत आहोत अस नाही. हे तर प्रत्येक व्यक्ती करतो. केवळ पद्धत तेवढी वेगळी असते. याचा अर्थ असा नाही की वरील कार्य करणे म्हणजे जगणं नव्हे. होय ते सुद्धा जगण आहे, परंतु ते झाल सामान्य जगण. केवळ एक हा दिनक्रम करण्यासाठी आपला जन्म झालेला नसतो. सामान्यापासुन असामान्या कडे वळून नवनव काहीतरी करणे म्हणजे खऱ्या अर्थाने जगण नव्हे काय??

मनात काही इच्छा येतात. आपल्यातील किती लोक ती पूर्ण करतात. मान्य आहे प्रत्येक इच्छा आपण पूर्ण नाही करु शकत. परंतु इच्छा पूर्ण होणारच नाही अस निर्धार करण प्रयत्नच न करणे चुकीचे नव्हे काय? माणुस

म्हणुन जन्म हा मोठ्या नशीबाने मिळतो. पृथ्वी तलावरील काहीच सजीवांना माणुस म्हणुन जन्म मिळतो. त्यातील आपण नशीबवान आणि नशीबा उघडल्यानंतर त्यातून वायफळ खर्च करणे बरोबर नाही. छोट्या – छोट्या इच्छा आयुष्यात खुप काही देऊन जातात. जितके मोठे समारंभ, मोठ- मोठ्या कार्यांना कामाला आपण विनाकारण महत्त्व देतो ते महत्त्वाचे असतीलही, पण आयुष्य जगायला, त्या छोट्या- छोट्या इच्छा आपण मोठ्या कार्यासाठी सोडून देतो त्याच छोट्या गोष्टी जीवन मनलावुन जगण्यासाठी महत्त्वाच्या असतात. काय होतं, छोटीशी तर गोष्ट आहे, करु नंतर कधीतरी, असं म्हणत कित्येक इच्छा ह्या मनातच मारतो. त्यांना उमलुच देत नाही. मग आपल जीवन बहरणार कस? जीवन बहरते ते छोट्या – छोट्या आठवणींनी ज्या वेळी आयुष्यातील कार्य ज्याला आपण जास्त महत्त्व देतो, तेच कार्य जेव्हा आयुष्यातुन निघून जाते, तेव्हा उरतो केवळ आपण आणि आपण त्या वेळी महत्त्वाच्या असतात त्या छोट्या इच्छांच्या मोठ्या आठवणी.

काय फरक पडतो ह्या पावसाळ्यात नाही भिजलो तर? ह्या पावसाळ्यात असु देत, परीक्षा आहे तोंडावर, तब्येत बिघडली तर कस करणार? नको असुच देतं. पुढल्या पावसात करु ती मज्जा. पण फरक पडतो परीक्षा म्हणुन ह्या पावसात तुम्ही नाही भिजलात, पुढल्या पावसाळ्यात पुन्हा परीक्षा येणार किंवा देव न करो दुसरं काही घडो ज्यामुळे तुम्हाला पुढला पावसाळा देखील असाच कोरडा घालवावा लागेल अस करता करता अर्ध आयुष्य तसच निघून जाणार. राहील ती केवळ इच्छाच आणि एक दिवस ती सुद्धा तिथली तिथेच मरुन जाणार. आणि जर आता या क्षणी इच्छा झाली ती पुर्ण केली तर पुर्ण आयुष्य ती आठवण पुरणार. कुठेही मनात उणीव राहणार नाही की आपण हे केल नाही. कधी येतो, प्रसंग इच्छा मारण्याचा, चल एक ठिक आहे परंतु प्रत्येक इच्छा आपली अशीच राहत असेल तर कुठे तरी आपल आयुष्यचं डगमगत आहे एवढ नक्की.

इच्छा काय कधी पण पूर्ण करु शकतो. मज्जा मस्ती यांनी काय मिळते, सध्या तब्बेत महत्त्वाची सध्या ते महत्त्वाच. पण या साऱ्यात तुम्ही तुमच्यासाठी महत्त्वाचे नाहीत काय? मान्य आहे पैसा अभ्यास, नोकरी, मित्र, परीवार ह्या साऱ्या गोष्टी महत्त्वाच्या असतात. परंतु ह्या साऱ्यपेक्षा तुम्ही तुमच्यासाठी महत्त्वाचे आहात. ज्या क्षणी तुम्ही एकटे असता, त्या क्षणी ह्या कुठल्याच कामाची, कोणत्याही व्यक्तीची काही मदत तुम्हाला नसते, परीस्थितीनुसार हे बदलु शकते तरी सुद्धा जेव्हा तुम्ही एकटे असता तेव्हा तुम्हाला तुमची जास्त गरज असते. तुम्ही तुमच्यासाठी जास्त महत्त्वाचे ठरता. आणि त्या क्षणी तुमच मन तुम्हाला खायला उठत काय केल आजवर स्वत:साठी? कधी आयुष्याला वेगळया नजरेनी बघितलय? कधी तरी वाटलय आयुष्य खऱ्या अर्थाने आपल्यासाठी जगाव? आणि त्यावेळी नाईलाजाने उत्तर येते 'नाही'.

परीस्थिती नुसार वागण, इच्छेला त्या – त्या वेळीच महत्त्व देणे ह्या गोष्टी एका बाजुने बरोबर आहे. परंतु एका बाजुने समाधानकारक नाही. केवळ जगण म्हणून जगण याला काय अर्थ आहे. काय प्रत्येक वेळी आयुष्यात पळतच राहायच? आयुष्यातील घडामोडी न संपणाऱ्या आहेत आजच अभ्यासाचा ताण गेल उद्या नोकरीच येणार, परवा दुसऱ्या कशाचा तरी, ह्या चक्रात आयुष्यभर फिरत राहणार काय? कधी तरी थांबा, रोजच्या चक्रातुन जरा बाहेर डोकावून बघा आपल्या मनात काय इच्छा आहे ते पारखुन बघा. अरे जरा विचारा मनाला, तुला काय कराव वाटत रे? याला काही जण म्हणतील– 'इच्छा काय खूप असतात काही इच्छा तर अवाक्या बाहेरच्या असतात आणि प्रत्येक क्षणी नवीन इच्छा प्रगट होते, तर काय मग सगळच करायचय काय?' तर त्या वेड्यासांठी सांगाव वाटत.

आपण काय एवढे मुर्ख आहोत काय की काय चुक काय बरोबर हे सुद्धा कळणार नाही. कुठली गोष्ट करायची कुठली नाही याच उच्च निर्णय सुद्धा आपल्याला घेता येत नसेल तर काय अर्थ या जगण्याला. सांगण येवढच

तुमच्या मनासाठी, तुमच्या सुखासाठी जे वाटते ते करा. रोजच चक्र चालुच राहणार, आपल्याला त्यातुन बाहेर पडावं लागतं, आपल्याला स्वत:च, मनोरंजन स्वत: कराव लागत. कधीतरी काही तरी इच्छे प्रमाणे कराव लागतं. ही गरज नसली तरी जगण्याची किल्ली आहे. जगण्यासाठी केवळ बाह्य दिखाव्यासाठी रोजगार, आणि बाकी काही महत्त्वाच नसत तेवढ्या तुमच्या इच्छा जगण महत्त्वाच असतं.

प्रत्येक क्षण हा एक आठवण म्हणुन साठायला हवा. कधी नव्हे ते मन कोमेजल की ते फुलवायला आपल जगण महत्त्वाच असतं. ICU मधील बेड वरच्या माणसाचा श्वास सुद्धा सुरु असतो आणि घरी बसलेल्या निरोगी माणसाचा सुद्धा. दोघेही जिवंत आहेत ना परंतु जगण्या जगण्यात फरक आहे. तुम्ही आता या क्षणी जे करु शकता ते तो ICU तील माणूस नाहीच करु शकत त्याला एक-एक क्षण मरून काढावा लागतो. आणि आपल्या कडे सगळ असून देखील आपण आपल्या इच्छेला मारतो. जे इच्छा पूर्ण करु शकत नाही त्यांना त्याची किंमत कळते, काय महत्त्व आहे इच्छांचा. काही वेळ आयुष्यात अशी असते जेव्हा आपण आपल्याच शोधात असतो. कुठलाच व्यक्ती आपल समाधान करु शकत नाही. कुठलीच गोष्ट आपल्याला करण शक्य नसतं. करायच खूप काही असतं. मनात इच्छाचा कल्लोळ उडालेला असतो परंतु त्यासाठी आपल्याला हातपाय हलवण शक्य नसत. कारण काय तर वेळ हातातून निघुन गेलेली असते. जेव्हा इच्छा असते, करायची सर्व शक्यता असते तेव्हा आपण त्याला तुच्छ माणुन, लक्ष न देता दुसऱ्या कार्या ला जास्त महत्त्व देतो आणि वेळ गेली की कदर येते.

म्हणतात ना जेव्हा असते तेव्हा कदर नसते. हा त्यातलाच प्रकार. वेळ निघून जाते आपण आधी लक्ष न देता पुढच्या योग्य वेळेची वाट पाहत असतो. आणि योग्य वेळ कधीच येत नसते. आणि वेळ येते तेव्हा हातात काहीच उरत नसते. उरतो केवळ न करण्याचा खेद जो भरुन काढायची वेळ

सुद्धा कधी निघून गेलेली असते.

वेळ जाण्या आधी जगुण घ्या. जगा या क्षणाला, आपल्या इच्छा जगा, रोजच्या चक्राच आपल जगण सुद्धा, खऱ्या अर्थाने जगण सुद्धा सामावून. घ्या. जगून जगण्यात मज्जा आहे. मरून जगण्यात काही अर्थ नाही. जगण कळत तेव्हा वेळ निघुन गेलेली असणार म्हणून ती वेळ येण्याआधी ह्या वेळेत जगूण घ्या. थोड दुसऱ्यासाठीच नाही तर थोड आपल्यासाठी जगा.

निवृत्ती

वयाची साठी म्हणजे कार्य समाप्तीचा काळ समजला जातो. चला आता आपण 60 वर्षाचे होणार आपली नोकरी पासुन सुट्टी. बहुतांश लोकांच्यासाठी हा निवृत्ती काळ असतो. सगळयांच असा नाही परंतु सरकारी नोकरी म्हटलं की निवृत्ती आलीचं. काहीजण खुश होतात, बहुतांश लोकांना वाईट वाटत. प्रत्येकाची निवृत्तीची कल्पना ही वेगळी. अनुभवणारा भलतच काही अनुभवतो परंतु त्याच्या आजु- बाजुचे लोक त्या निवृत्ती शब्दाला वेगळया दृष्टीने बघतात. आपल्याला वाटतो तो व्यक्ती निवृत्त होणार म्हणजे किती छान ना, त्याला काही सकाळी उठुन कामावर जाण्याची घाई नाही, कोणत्याच कामाची कटकट नाही. आठवड्या भराची दगदग नाही. हे वाटतं बघणाऱ्याला आणि हो निवृत्त होणाऱ्या व्यक्तीमधुन निम्याहुन अधिक लोकांची सुद्धा हीच कल्पना असते बरं का!

वयाच्या 30 च्या जवळपास नोकरीला लागतो. आपल्या, आपल्या परिवाराच्या उदरनिर्वाहासाठी नशिबात आली ती नोकरी करतो, ती नोकरी निष्ठेने करणे हा आपला एक जीवन उदिष्टच बनतो. जीवनातील एक अमुल्य भाग असते, ही नोकरी. जो वर नोकरी आहे तोवर आपले जेमतेम सगळच त्यावर अवलंबून असेत, अस म्हणायला हरकत नाही. त्या नोकरीसाठी काय – काय धावपळ करतो बाप रे, ती मिळवायला ती टिकवायला त्या नोकरीमुळे एक वेगळाच मान आपल्या आयुष्याला मिळालेला असतो. तो मान टिकवण्यासाठी, अजुन उंचवण्यासाठी वाटेल ती मेहनत घेत असतो. किती मज्जा असते नोकरी मध्ये सुद्धा हा थोडा फार त्रास हा असतोच

पण जीवनाला आवश्यक ते क्षण सुद्धा लाभतात. किती लोकांशी मैत्री होते, किती लोकांशी वैर होते,, तरी नोकरी ही महत्त्वाचीच कोणी आवडीने करतो, तर कोणी मजबुरी म्हणुन, कधी कधी एवढा कंटाळा येता की विचार येतो, सोडुन द्यावी ही नोकरी किंवा आतुरतेने वाट पाहत असतो निवृत्त म्हणजे निवांत हीच संकल्पना असते. परंतु देवळात गेल्या शिवाय देव दिसत नाही त्याच प्रमाणे प्रत्यक्ष निवृत्त झाल्याशिवाय त्या बद्दल मत मांडणे चुकीचे आहे.

निवृत्त झालो की आपण मोकळे होणार हे खरं, परंतु आता असलेल्या फावल्या वेळेत करायच तरी काय हा प्रश्न उरतोच. काही दिवस मस्त वाटणार हलक- हलक... न रोजची घाई, ना कटकट आता आपण आणि आपल घर बस उशीरा उठायच मनसोक्त रहायच खायचं गप्पा गोष्टी.. या साऱ्या गोष्टीसाठी आता वेळच वेळ. नव्याच्या नवलाई सारख छानचं वाटणार काही दिवस. परंतु दुसरी बाजु अशी की हाच फावला वेळ स्वत:ला खायला उठु शकतो. घरात नातवंड, मुल बाळ असतील तर वेळ बरा जाईल, परंतु जर घरात एकटे असतील तर भयान शांतता खायला उठवणार. नोकरी त्रासदायक असली तरी तिच्या आठवणी आता सुख देणाऱ्या असणार. सकाळी उशीरा उठलो तर ऑफीसच्च्या घाईची धावपळ, ऑफीस मधल्या मिटींग्स, सोबतच्या गप्पा – गोष्टी मधली सुट्टी, घरी येतांना केलेली छोटी मोठी खरेदी. या सगळयांची मज्जा काही वेगळीच होती. घरच्या कार्यक्रमासाठी सुट्टीची धावपळ, सुट्टी न मिळाल्याचा राग आणि त्यातल्या त्यात रविवारच्या सुट्टीची उत्सुकता. हे सगळ आता नसणार शनिवारी असलेली रविवारची उत्सुकता, रविवारी रात्री सोमवारच्या ऑफीसचं टेंशन याचा भाव काही वेगळाच असायचा. आता शनिवार काय आणि सोमवार काय सारं सारखंच. एका रविवारच्या सुट्टीसाठी काय ओढ लागली असायची! आणि आता काय प्रत्येक दिवसच रविवार म्हणुन

रविवारची ती खरी मज्जांच उरणार नाही. दोन दिवस बरं वाटणार आराम पण नंतर हळुहळु नोकरीच बरी याची जाणीव कुठेतरी होणार.. नोकरीच्या आठवणी तस विचार करायला भाग पाडणार.

ज्या नोकरीसारठी एवढी धावपळ केली जाते शेवटी तिला सोडावं लागत. जरी शारीरीक आराम मिळणार असणार तरी त्या जुन्या सवयी तोडायला जड जाणार हे मात्र नक्की. एक दिवस नोकरीचा नवा असतो सार काही हळुहळू जुळवुन घेतो माणसं जुळतात, त्या जागेशी नव नात जुळत... नव्या दिवसांच्या नव्या प्रसंगाच्या नव्या आठवणी. आणि एक दिवस सुरु झालेला हा प्रवास तिथेच सोपवुन पुर्ण करावा लागतो. वाटत तेवढं सोप नाहीच हे. आपल्या कर्मभुमीला निरोप देणे हे काही सोप नव्हे.

आराम करुन करणार किती 2-3, घ्या आठ दिवस केला आराम. परंतु हाच आराम मानसिक तणाव निर्माण करायला वेळ घेत नाही. निवृत्त होणे म्हजेच सगळच काम सोडणे अस नव्हे. आजवर आपण बाहेरचं जग बघितल आता आपल्या घरच जग बघण्याची वेळ आहे. आजवर बाईने सांभाळलेल घर आता तुम्ही सांभाळुन बघा. निवृत्त तुम्ही तुमच्या नौकारी पासून झालात. घरच्या जबाबदाऱ्यातुन मोकळे व्हायला अजुन वेळ आहे. जोवर माणुस जिवंत आहे तोवर तो निवृत्त होऊच शकत नाही कारण माणुस या नात्यान कुठली ना कुठली कर्तव्य त्याला पार पाडावीच लागतात आणि नोकरी सुटली तर काय झाल जगात अजून खूप काही शिल्लक आहे. ज्या आपण उपभोगल्या नाहीत. आपले छंद आपली आवड आजवर कामामुळे आपल्याला करता आल नाही ते आता करण्याची वेळ आहे, तब्बेतीची काळजी घेत, वयाचा भान राखत सुद्धा खूप गोष्टी आहेत ज्यांचा उपयोग आपण घेऊ शकतो. निवृत्ती ला निवृत्ती न मानता एका नव्या नोकरीची सुरवात समजन हे जास्त सोईस्कर होईल.

नोकरी वाल्याच बर आहे बा वयाच 60 म्हणजे निवृत्त. परंतु व्यवसायकांच काय त्यांना तर वयाची अशी कुठलीच अट नाही मग त्यांच्या आयुष्यात कुठे येणार निवृत्तीचा भाग... कस असतं हे सार आपल्या मनावर असतं. निवृत्त व्हायचं अथवा नाही. कोणी कसं नोकरीला 20 वर्ष झाले की निवृत्त होतात कुठल्या व्यवसायाला लागतात बाईच कस ती तर घरीच कामात व्यस्त असते . तिला ना रविवार असतो ना कुठल्या सणवारची सुट्टी.. मग तिला आरामाची गरज नाही काय? सरकारी नियमा नुसार 60 वयानंतर मानवी शरीर वृद्धांच्या गटात प्रविष्ट होते, आणि त्याची कार्यक्षमता कमी होते परंतु गृहिणी व्यवसायिक लोक यांना नाही का वाटत वयाच्या 60 व्या वर्षी आपली कार्यक्षता कमी झाली आता आपण निवृत्त व्हाव? निवृत्त होणे- न- होणे हे सारं आपल्या शारीरीक मानसीक स्वास्थावर अवलंबून आहे स्वत:ला कार्यशील समजल तर वयाच्या 80 व्या वर्षी देखीलकार्य करु शकतो. आणि नाही तर वयाच्या 40 व्या वर्षी देखील कामाला विराम देऊ शकतो. परंतु जोवर आपल्यात जोर आहे तोवर निवृत्त का व्हायचं ? नशीबाने जीवन प्रवास मोठा मग अर्ध्या प्रवासात गाडी चालवायची आणि अर्ध्यात सोडुन द्यायची ही कुठली वागणुक झाली. जोवर झेपते तोवर गाडी चालवा. मग काय प्रवास संपला की गाडी आपोआप थांबतेच! सून आली म्हणुन गृहिनीने स्वयंपाक घरातून निवृत्ती घेतली का? कशासाठी? एवढ्यातच थकली? अरे आता नवी नोकरी सुरु झाली असं समजा तुम्ही आता ट्रेनर म्हणुन नियुक्त झालात असं समजा हवं तर. पण जमते तोवर निवृत्त होऊ नका जोवर श्वास आहे तो वर धर्म, जबादाऱ्या ह्या आल्याच मग वयाच कारण देऊन जबाबदारी ढकलुन देण्यात काही एक मज्जा नाही. करा काही तरी कार्यरत राहा. एकचं कार्याचा कंटाळा आला असेल तर कार्य बदला.. आज हे उद्या ते असं नव –नव नोकरी करा, खेळ म्हणुन खेळा मज्जा येईल, आनंद वाटेल जगण्याचा वय झाल आता निरोप घ्यायचा..

हळुहळु एक – एक जबाबदारीतुन निवृत्त व्हायचं असा गोंधळ घालु नका. काय ती नोकरी सोडा कारण सरकारी नियमच तो परंतु ती नो करी सोडली की स्वत: साठी करमणूकीची नवी नोकरी शोधा. देवाच बोलवनं आल की साऱ्यांनाच निवृत्त व्हायचय तोवर नोकरी चा आस्वाद घ्या.

महाप्रसाद

काल एक आजोबा घरी आले. अगदी अनोळखी त्यांना कधी ही कुठे ही पाहिल्याचं आठवत नव्हतं, मला काय की आईला काय. ते आजोबा आल्या – आल्या एकच सांगायला लागले. 'मि नारायणचा महाप्रसाद' काही काळ त्यांच बोलण कळलच नाही. त्यानंतर आमचा गैरसमज झाला की – महाप्रसादाची वर्गणी मागायला आलेले असावेत. त्या आजोबांनी त्यांचा परिचय दिला होता. 'नारायणाचा महाप्रसाद' म्हणुन. नारायण हे माझे वडील आणि महाप्रसाद म्हणजे 'मित्र' आधिच्या काळी ज्या व्यक्तीची गाठ जुळली त्या व्यक्तीला कपडे आदी भेट वस्तू देऊन मैत्री च नात जोडलं जायचं त्याला महाप्रसाद म्हणतात. अचानकपणे आलेल्या महाप्रसादाने आपला परिचय दिला. आम्हाला थोडी गंमतच वाटली. काळासोबतच नात्याच नाव का नको बदलायला ? आता त्या आजोबांशी ओळख झाली आणि थेट आजोबा त्यांच्या काळात रमले. त्यांच्या गमती- जमती त्यांच खेळण – काम सार सार सांगायला सुरुवात केली आणि आम्ही काय? आ वाचून ऐकत राहीलो.

काळ बदलला, जग बदलल परंतु त्या सोबत नात्याच नाव देखील बदलल याचा प्रत्यय आजच आला. महाप्रसादच मैत्रीत रुपांतर झाल. खर आहे म्हणा, महाप्रसाद सारखी पवित्रताच नात्यात उरली नाही मग त्याला केवळ नावचं महाप्रसाद म्हणून का द्यायचं? आधीच्या काळी जी निस्वार्थ भावना मैत्रीत होती ती आता कुठे बघायला मिळते? केवळ स्वार्थ आणि स्वार्थ एवढ्यावरच जणु जग चालत आहे. किती निष्पाप नात आहे मैत्रीच. आणि मित्र प्राप्ती ने आयुष्याला सार्थकता लागते म्हणुनच त्याला महाप्रसाद म्हणत असावे. मित्र म्हणजे शेवटी आयुष्यात मिळालेला मोठा प्रसादचं. त्या

शब्दाप्रमाणे त्या नात्यांत देखील तिच पवित्रता होती. आता नावा सोबत त्याचे स्वरुप देखील बदललय किती सुंदर असत हे मैत्रीच नात. एकाच नात्यात आईच प्रेम, बापाची काळजी, बहिण – भावाची मस्ती असते. नाव जरी एक असल तरी अनेक नात निभावणार हे नातं. परंतु आज सारचं बदललय, नात्यातील तो गोडवा, ती निस्वार्थता, ती पवित्रताच लुप्त झालीच आधी कपडे देऊन महाप्रसाद हे नात निर्माण केल जायच आणि आजच्या काळात गुलाबाच फुल देऊन हे नात निर्माण करतात. गुलाबाच्या फुलासारख सुंदर असल तरी त्या सारखच नाजुक असते हे नात. प्रेमाने जपल तर फुल उमलणार नाही तर एका दिवसात सदाफुलीच्या फुलाप्रमाणे कोमेजुन मातीत मिसळायला वेळ नाही लागत. म्हणुन त्या काळातली असो की ह्या काळातली मैत्रीचा महाप्रसादाप्रमाणे आदर असायला हवा आणि तो त्या फुलां प्रमाणे जपायला हवा.. माझ्या वडीलांना देवाघरी जाऊन 4 वर्ष झालीत तरी देखील त्यांच्या नात्यातील प्रेमापोटी ते आजोबा आम्हा भेटावयास आले. त्यांना ओळखत नसतांना देखील त्यांच्या नात्यातील पवित्रता नात्यातील हक्क गाजवुन सांगीतल. हीच म्हणजे मैत्री आणि हाच मैत्रीचा महाप्रसाद याची जाणीव आज त्या आजोबांनी करुन दिली.

या अकस्मातपणे मिळालेल्या महाप्रसादांनी ना केवळ मैत्री या शब्दांची जाणीव करुन दिल तर हरवलेल्या नात्याची जाणीव करुन दिली. म्हणातात ना खरा मित्र हा व्यक्तीच्या सगळयात जवळचा असतो. व्यक्तीच्या सवयी पासून तर स्वप्नापर्यंत हे केवळ मित्रालाच माहीत असते. ह्याच प्रकारे माझ्या वडीलांचा देखील सवय ते स्वप्नांचा प्रवास त्यांच्या मित्रां कडूनच कळला. आज काही गोष्टी ह्या महाप्रसाद आजोबांनी सांगीतल्या. परंतु बाबा गेल्या पासनं कित्येक महाप्रसाद मित्रांनी त्यांच्या बद्दल भरभरुन सांगितल. किती आश्चर्यंना 'आपला माणुन आपल्यातच नसतो' आपला माणुस असुन देखील त्यांच्या बद्दल आम्हाला माहीती नसुन त्यांच्या मित्रांना, सवंगडींना जास्त ठाऊक. जोवर आपल्या कडे काही गोष्ट असते.

त्याची जाणीव आपल्याला नसते. परंतु एकदा काही वस्तु दुर गेली की तिची खरी जाणीव माणसाला होते. आम्ही सुद्धा तेच केल. घरी देव असतांना मंदीरात देव शोधायला गेलो. शेवटी काय झाल? देव घरातुन सुद्धा निघुन गेला स्वर्गात आणि आम्ही केवळ हातावर हात ठेवुन बघत राहीलो. ते गेल्यानंतर एक एक गाठी सुटत आहेत. आणि त्याची खंत मनात घोळत आहे. कोणी सांगत तुझ्या वडीलांना ज्योतीष विद्या यायची, कोणी सांगत तुझ्या वडीलांना आयुर्वेद्यीक औषधीच बऱ्यापैकी ज्ञान होत. कोणी सांगत नारायण भाऊ राजकारणात लई हुशार. कोणी म्हणत मदत करायला उद्दार. परंतु आम्ही जवळचे असुन कधी त्यांच्या ज्योतीष विद्या कडे लक्ष दिलं ना कधी, त्यांच्या राजकारणात लक्ष दिल. काल वेळ असतांना थोड त्यांच्या शेजारी बसायच होत. दोन शब्द त्यांचे ऐकायचे होते त्याचे छंद त्यांचे स्वप्न जाणुन घ्यायचे होते. परंतु आम्ही राहीलो आपल्याच आयुष्यात मग्न, घरचा मित्र सोडुन इतरांशी मैत्री करण्यात व्यस्त... आपल कस होते काखेत कळसा आणि गावाला वळसा. आपण आपल्या व्यक्तीशी नात निर्माण न करता. वायफळ कुठेतरी मग्न असतो. आपल्याला जाण नसते की आज जो व्यक्ती आपल्या जवळ आहे कदाचीत तो उद्या नसणार त्याचे छंद त्याचे ज्ञान त्याचे स्वप्न जाणुन घ्यायला हवे. जर यदाकदाचित आम्ही वडीलांशी एकरुप झालो असतो तर त्यांच्या सोबत त्यांचे ज्ञान लुप्त झाले नसते. त्यांनी पाहीलेलं स्वप्न अपुरे राहीले नसते. त्यांनी ग्रहण केलेला एवढा ज्ञानाचा साठा त्यांचा अस्थी सोबत विसर्जीत झालेला नसता.

आज कोण आहे? आणि उद्या कोण नाही? हे कोणालाच माहीत नाही. मग कशाला आपण आपल्यातच मग्न रहायचं. आपल्याला महाप्रसाद म्हणून एवढी सगळी माणस मिळालीत मग का आपण त्यापासुन दूर पळतो. एकमेकांशी सोबत ठेवा, एकमेकांना वेळ द्या आपल्यातल काही इतरांना द्या त्यांच चांगल तुम्ही घ्या देवाणघेवाण ही सुरुच असते. कधी पैशाची, कधी वस्तुंची कधी ज्ञानाची तर कधी भावनांची, जोवर ही देवाण घेवाण सुरु राहणार

तोवर नात्यातील गोडवा वृद्धिंगत राहील अथवा नात्याला बेचव होण्यास कोणीही आड येऊ शकत नाही. कशाचा माज आणि कशाचा राग, सगळे सारखेच सगळयालाच दु:ख आणि सगळयालाच आनंद मग आपल- आपल करत बसण्यात काय अर्थ? एकमेकांशी संवाद साधा एकमेकांना ओळखा, नात प्रेमाच, मैत्रीच महाप्रसादाच नात निर्माण करा. काल जे होते, ते आज असतील आणि आज जे आहे उद्या ते राहणार याची कुठलीही शास्वती नाही. घरचं देव सोडून मंदिरात देव शोधायला निघू नका. आपण – आपण करण्यापेक्षा आपले माणस घेऊन चला.

प्रत्येकाजवळ महाप्रसाद आहे, केवळ तो पारखयचा दृष्टिकोण हवा, आणि त्याहुन महत्त्वाच तो जपण्याची सद्बुद्धी अंगी हवी. जगात काहीही घडू शकत हे कोरोनानी अख्ख्या जगाला समजावून दिल. तरी देखील आपल्याला त्याची जाणीव अद्याप झालेली नाही. जिवन हे जगण्यासाठीच असत ते ही आता, या क्षणी जगण्यासाठी असतं.

मग कसली प्रतिक्षा आहे? चला तर मग जगुया, आपल्या साठी,

आपल्या माणसाठी जगुया, आत्ता हा क्षण जगुया............

समारोप

दिवस मावळताना आज कशी मैफिल जमली

आकाशात कित्येक रंगाची जणु रंगपंचमीच रंगली

सूर्योदय म्हणजेच वर्चस्व असे काही नाही,

सूर्यास्तच होय जो पूर्ण दिवस पाही

करुन भ्रमंती जगाची देव माणसातच राही

शेवटी उत्तर अनुभवातच, शोधुन दिशा दाही

अनेक रंग रांगोळी गिरवत सूर्य शेवटी मावळला

दिवसभर तापणारा सूर्य निरोप घेतांना सुद्धा आवडला.